മേഘച്ചാർത്തിലെ ചിത്രങ്ങൾ

Bodhi Books
Nedumpana PO, Kannanalloor
Kollam - 691576, Kerala, India
E-mail: bodhibooks03@gmail.com
Tel: +91 9447304886

MEGHACHARTHILE CHITHRANGAL
By Hari Karumady
Stories / Malayalam

First Published: January, 2025

Typesetting: Bodhi Books
Cover Design:
Chembarathi Creatives

ISBN: 978-81-19770-86-1
Price **Rs. 165**
Production No. B-B-191-1-100-1-25

Printed and bound in India by
Repro Mumbai

മേഘച്ചാർത്തിലെ ചിത്രങ്ങൾ

കഥകൾ

ഹരി കരുമാടി

ബോധി ബുക്സ്
കൊല്ലം - 691 576

ഹരി കരുമാടി

ആലപ്പുഴജില്ലയിൽ കുട്ടനാട് കണ്ടങ്കരി ജന്മനാട്.
അച്ഛൻ ശ്രീ.കെ.ബാലചന്ദ്രൻ നായർ.
അമ്മ ശ്രീമതി കെ.ശാന്തമ്മ. കണ്ടങ്കരി ദേവിവിലാസം
സ്കൂളിൽ പഠനം. തുടർന്ന് എടത്വ സെന്റ് അലോഷ്യസ്
കോളജിൽ. 1992 മുതൽ ഡൽഹിയിൽ ജോലി ചെയ്യുന്നു.
ഭാര്യ അജിത (അദ്ധ്യാപിക,ഡൽഹി).
മകൾ ഹരിത (അദ്ധ്യാപിക,ഡൽഹി).
'വെളിച്ചത്തിന്റെ നുറുങ്ങുകൾ' എന്ന കഥാസമാഹാരം
2023 ജനുവരിയിൽ ആലപ്പുഴ പുസ്തകപ്പുര പ്രസിദ്ധീകരിച്ചു.
വിലാസം: 39-ഡി., ഗായത്രി അപ്പാർട്ടുമെന്റ്സ്, സെക്ടർ-9,
രോഹിണി, ഡൽഹി-110085 ഫോൺ +91 9650337360
e-mail: harickarumady@gmail.com

പ്രസാധകക്കുറിപ്പ്

അയത്ന ലളിതമായ ആഖ്യാനം കൊണ്ട് ശ്രദ്ധേയമായ കഥകളാണ് മേഘച്ചാർത്തിലെ ചിത്രങ്ങൾ എന്ന ഈ പുസ്തകത്തിന്റെ വ്യതിരിക്തത. ജീവിതത്തിന്റെ അടരുകളെ സമർത്ഥമായി ചേർത്തുവെച്ച് മനോഹരമായ ഒരു കൊളാഷ് എഴുത്തുകാരൻ സൃഷ്ടിച്ചിരിക്കുന്നു.

ഹരി കരുമാടിയാണ് രചയിതാവ്. അദ്ദേഹത്തിന്റെ രണ്ടാമത്തെ പുസ്തകമാണിത്. ഭാഷാകവിതകളിൽ നിന്നും എന്നോ പടിയിറങ്ങിപ്പോയ ധ്വനിഭംഗിയാൽ സമ്പന്നമാണ് ഈ കഥകൾ എന്ന് പുസ്തകത്തിലൂടെ കടന്നുപോകുന്ന ആരും സമ്മതിക്കും. പുസ്തകം ഏറെ അഭിമാനത്തോടെ, ബോധി ബുക്സ് കൈരളിക്കു കാഴ്ചവെയ്ക്കുന്നു.

ഉള്ളിൽ..

1
പെൺവിലക്കുകൾ

പെൺവിലക്കുകൾ രാജ്യത്തിന്റെ മതമായി മാറി. ആദ്യം സ്കൂളിന്റെ കളിമുറ്റത്താണ് അവർ വിലക്കുകൾ കല്പിച്ചുതുടങ്ങിയത്. കളിമുറ്റത്തിനു മീതേ ആകാശമുണ്ടായിരുന്നു.

അവർ ഭയന്നു-

പൂമ്പാറ്റകളെപ്പോലെ പെൺകുട്ടികൾ നൃത്തം ചെയ്യും. പക്ഷികളെപ്പോലെ പാട്ടു പാടും. മഴവില്ലിന്റെ നിറങ്ങളെണ്ണും.

ചിലപ്പോൾ, ആകാശത്തെ തൊട്ടുതൊട്ട് അവർ നടക്കും. നക്ഷത്രങ്ങളെ പ്രണയിക്കും. പച്ച പൂത്ത കാട് അവർ സ്വപ്നം കാണുന്നുണ്ടായിരുന്നു.

പെണ്ണ് കണ്ണുകളിൽ തിളങ്ങുന്ന വെളിച്ചമാണ്.

പുതിയ പ്രഭാതത്തെ അവൾ വരവേൽക്കും.

മതം വിലക്കി.

പള്ളിക്കൂടവും കളിമുറ്റവും ഇനി വേണ്ട.

മഴവില്ലിന്റെ ഏഴു നിറങ്ങളെ അവർ മറച്ചു. നിറങ്ങളില്ലാതെ പകലുകൾ മാഞ്ഞുതുടങ്ങി. കറുപ്പ് രാജ്യത്തിന്റെ നിറമായി മാറി. അതു വളർന്നു പെണ്ണിന്റെ വേഷമായി അവളെ മൂടി!

•

2
തട്ടം

"മോളേ നീ വരുന്നുണ്ടോ.." അമ്മയുടെ വിളി കേട്ടു മകൾ ഉറക്കത്തിൽ നിന്നു പാതി കണ്ണു തുറന്നു.
'ഇല്ല' എന്ന അർത്ഥത്തിൽ തലയാട്ടി വീണ്ടും പുതപ്പിനുള്ളിലേക്കു മകൾ ചുരുണ്ടുകൂടി.
''അല്ലേലും അവൾക്കു നേരം പുലർന്നിട്ടില്ല. മതിയാവോളം ഉറങ്ങിത്തീർക്കട്ടെ. നമുക്കു പോകാം." ഭാര്യ തിടുക്കം കൂട്ടി. ഞാൻ അപ്പോഴേക്കും തയ്യാറായിക്കഴിഞ്ഞിരുന്നു.

ക്ഷേത്രത്തിലേക്കുള്ള യാത്ര. വീട്ടിൽ നിന്നിറങ്ങിയാൽ ഒന്നൊന്നര മണിക്കൂറിന്റെ ദൂരം. റിക്ഷ, മെട്രോ ട്രെയിൻ, ഇടയിലെ ചെറിയൊരു കാത്തുനിൽപ്പ്.

യാത്രയിലെ സമയത്തോടൊപ്പം ഞങ്ങളും സഞ്ചരിച്ചു കൊണ്ടിരുന്നു.

തട്ടം കൊണ്ടു മുഖം മറച്ച്, ആപാദചൂഡം കറുത്ത വസ്ത്ര ത്തിൽ നിറഞ്ഞ ആ പെൺകുട്ടി ഏതോ സ്റ്റോപ്പിൽ നിന്നു കയറി ഞങ്ങളുടെ അടുത്തായി വന്ന് ഇരുന്നു. 'എന്നാലും തന്റെ ഇത്രയും അടുത്തിരിക്കണോ' ഭാര്യ അസ്വസ്ഥതയോടെ ഒന്ന് ഇളകിയിരുന്നു. പെട്ടെന്നുണ്ടായ ഒരു മുഷിച്ചിൽ. അത് അവളുടെ മുഖത്തുണ്ട്.

നിറവും വേഷവും മനുഷ്യരിൽ അതിരിടുന്ന അടയാളങ്ങ ളാകുന്ന കാലത്ത് അതിന്റെ എന്തൊക്കെയോ മാറ്റം അവളിലും സംഭവിക്കുന്നതായി എനിക്കു തോന്നി. മുമ്പ് ഇവൾ ഇങ്ങനെയായിരു ന്നില്ലല്ലോ.. അറിഞ്ഞും അറിയാതെയും ചുറ്റും കാണുന്ന വൈവിദ്ധ്യങ്ങളെ അവൾ ഇഷ്ടത്തോടെ കാണുമായിരുന്നു. യാത്രയിൽ ഞാൻ മാത്രം കേൾക്കെ സന്തോഷത്തോടെ അവൾ വർത്തമാനം പറയും. ചിരി മായാത്ത ആ മുഖത്തെ ഞാൻ കേട്ടിരിക്കും.

അതുകൂടി ചേരുന്നതാണ് എനിക്ക് ഓരോ യാത്രയും. ഇന്നു പക്ഷേ, അവൾ മൗനിയാണ്. മുഖമാകെ മാറിയിരിക്കുന്നു. വിളറി, കനംവച്ച ഭാവത്തിൽ.. എത്ര പെട്ടെന്നാണു മനുഷ്യൻ മാറുന്നത്!

ഓരോ അവധിദിവസവും അവൾക്ക് ഇത് ഒരു കാത്തിരിപ്പാണ്. ഒരുമിച്ചു പുറത്തു പോകണം. വീടും വീട്ടിലെ ജോലികളുമായി കഴിയുന്നവർക്ക് പുറത്തേക്കുള്ള വഴിയാണു യാത്ര. അതിനായി ആദ്യം തിരഞ്ഞെടുക്കുന്നതോ ക്ഷേത്രങ്ങളെയും..

“മനസ്സിന്റെ മാത്രമല്ല, ശരീരത്തിന്റെയും ശുദ്ധിയാണു ദർശന പുണ്യം. ഇന്ന് അതൊന്നും നടക്കില്ല.” മൗനത്തിന് ഒരു ചെറിയ വിരാമം. ആരെയും നോക്കാതെയാണ് അവൾ അതു പറഞ്ഞത്. ഓരോ വാക്കിനും ഒരു മുഖമുണ്ട്. അതു ഞാൻ അവളിൽ നിന്നു വായിച്ചെടുത്തു. സ്നേഹത്തിന്റെ വഴികൾ മനുഷ്യന് എത്തുവാൻ കഴിയാത്ത അകലങ്ങളിലേക്കു മാറിപ്പോവുകയാണ്. എപ്പോഴാണ് ഇതൊക്കെ അവളിലും സംഭവിച്ചത്? അരുതെന്നാഗ്രഹിച്ചതൊക്കെ സ്വന്തം വീട്ടിലേക്കും കടന്നുവരുന്നു!

നെറ്റിയും കണ്ണും മാത്രം മറയ്ക്കാതിരുന്നതുകൊണ്ട് ആ പെൺകുട്ടിയുടെ കണ്ണുകളിലേക്കു ഞാൻ അറിയാതെ ഒന്നു നോക്കി. എന്റെ മകളുടെ പ്രായം കാണും അവൾക്കും. ഇരുപത്..ഇരുപത്തിയൊന്നു വയസ്സ്.

“നേരേ നോക്കിയിരിക്ക്” പറയുകമാത്രമല്ല ദേഷ്യത്തോടെ ഭാര്യ എന്റെ നേർക്കു മുഖമുയർത്തി. മാതൃഭാഷയിൽ സംസാരിക്കുന്നതുകൊണ്ട് അടുത്തിരിക്കുന്ന മറ്റുള്ളവർക്ക് ഇതൊന്നും മനസ്സിലാകില്ലല്ലോ, ഭാഗ്യം! ക്ഷീണിതമായ ഒരു ചിരിയിൽ ഞാൻ ആശ്വാസം കണ്ടെത്തി.

ഇതു യാത്രയല്ലേ..? ആരു വേണമെങ്കിലും വന്നുപോകാം. ലോകം ഒത്തിരി വലുതാണ്. എന്നാലും മനുഷ്യമനസ്സിനോളം വലുതാകാൻ ഒരാകാശത്തിനുമാകില്ല എന്നാണു ഞാൻ കരുതിയിരുന്നത്. അടുത്തിരിക്കുന്നതൊരു പെൺകുട്ടി. അതും മകളുടെ പ്രായമുള്ളവൾ. എന്തിനാണ് ഇവൾ ഇത്രയും അസഹിഷ്ണുത കാട്ടുന്നത്? ഓരോരുത്തർ തെരഞ്ഞെടുക്കുന്നതാണ് അവരവരുടെ വസ്ത്രം. അത് അവരുടെ സ്വാതന്ത്ര്യമാണ്. എല്ലാവർക്കും അതിനു കഴിയട്ടെ. മനുഷ്യനാകുക, അതാണല്ലോ പ്രധാനം.

ഓരോരോ ചിന്തകൾ മനസ്സിലൂടെ കടന്നുപോയതുകൊണ്ടു സമയം പോയതറിഞ്ഞില്ല.

“ഹോ, ആശ്വാസം!” ഭാര്യ നെടുവീർപ്പിട്ടു. ആ പെൺകുട്ടി ട്രെയിൻ നിർത്തിയ പ്ലാറ്റ്ഫോമിലേക്കിറങ്ങി. അവൾ ഞങ്ങളെ ഒന്നു

തട്ടം

തിരിഞ്ഞുനോക്കിയോ? അതെന്തിനായിരുന്നു? കടന്നുപോയ നിമിഷങ്ങളിലെ ഞങ്ങളുടെ ചിന്തകൾ അവൾ തിരിച്ചറിഞ്ഞോ? അടുത്ത സ്റ്റേഷനിലാണു ഞങ്ങൾക്കും ഇറങ്ങേണ്ടത്. ഞാൻ എഴുന്നേറ്റു വാതിൽക്കൽ പോയി കാത്തുനിന്നു..

ക്ഷേത്രത്തിൽ തൊഴുതുമടങ്ങുമ്പോഴും മനസ്സിനു വല്ലാത്ത ഒരു ഭാരം. പേരറിയാത്ത ഒരു കുറ്റബോധത്തിന്റെ അലട്ടൽ.

ഭാര്യയുടെ കൈ നിറയെ വഴിപാടുകൾ കഴിച്ചതിന്റെ പ്രസാദമാണ്. അതിൽ കുറച്ചു ഞാനും കയ്യിൽവാങ്ങി.

“ഒന്നു വേഗം.. മോളിപ്പോൾ ഉണർന്നിട്ടുണ്ടാവുമോ എന്തോ?” ഞാൻ ധൃതി കൂട്ടി. ഒറ്റക്കുട്ടിയാണ്. ഏകാന്തത അവൾക്കു തീരെ ഇഷ്ടമല്ല. കോളജില്ലാത്ത ദിവസം അമ്മയാണ് അവൾക്കു വീട്!

“നമ്മൾ വിളിച്ചതല്ലേ? അവൾക്കപ്പോൾ ഉറങ്ങണം. ഉറങ്ങട്ടെ. അത്ര തിടുക്കം വേണ്ട.” എന്റെ അക്ഷമയ്ക്കു ഭാര്യ കടിഞ്ഞാണിട്ടു.

അധികം വൈകാതെ ഞങ്ങൾ വീടെത്തി.

“മോളേ..”

അമ്മ നീട്ടിവിളിച്ചു. വീടെത്തുമ്പോൾ മോളെ ആദ്യം വിളിക്കുന്നത് അമ്മയാണ്. എന്നെക്കാൾ മുമ്പേ അവൾ വീട്ടിലേക്കോടിക്കയറി.

“ദേ..പായസം. മോൾക്കിഷ്ടമല്ലേ? മോളുടെ ഇഷ്ടമറിഞ്ഞ് അമ്മ പ്രത്യേകം കഴിപ്പിച്ചത്.” സ്നേഹത്തിന്റെ കുട്ടിത്തം നിറഞ്ഞ സ്വരത്തിൽ അമ്മ വീണ്ടും മകളെ വിളിച്ചു.

“ഞാൻ കഴിച്ചു അമ്മാ..” അകത്തു നിന്നു മകളുടെ ശബ്ദം. പെട്ടെന്നാണു മകൾ അമ്മയുടെ അടുത്തേക്കു വന്നത്. അമ്മ ഒരു ഞെട്ടലോടെ പിന്നിലേക്കു മാറി. മുഖം മറച്ചിരുന്ന തട്ടം ഉയർത്തി മകൾ അമ്മയെ നോക്കി! •

3
അച്ഛന്റെ മകൻ

“**അ**തേ മുടി, അതേ കണ്ണുകൾ, അതേ നോട്ടം. ഇരിപ്പും നടപ്പുമെല്ലാം ഒത്തുവച്ചത്. ഇങ്ങനെ ഒരച്ഛനും മകനും ചേർന്നുവരാൻ പാടാ..”
-ഞാൻ കേട്ടുമടുത്തു. ഞാൻ ആരെ വെറുക്കുന്നുവോ, ലോകം എന്നെയും അയാളാക്കുന്നു. എന്റേത് എന്നു പറയാൻ ഞാനില്ലാതായിരിക്കുന്നു! ഇനി വയ്യ. എനിക്കു ഞാനാകാതിരിക്കുവാൻ വയ്യ. ഞാൻ കേട്ടതിനൊക്കെ അവസാനമാകാൻ സമയമായി. ഏറ്റവും ഹീനമായ ഒരു വഞ്ചനയുടെ പ്രതീകത്തെ ഈ ഭൂമിയിൽ നിന്നു മായ്ച്ചുകളയുക. എന്റെ കൈകൾതന്നെ അതിനുനിമിത്തമാകട്ടെ. പിന്നെ വൈകിയില്ല..എനിക്ക് എന്നെ തിരിച്ചുകിട്ടാൻ..

അപ്പോഴാണു നാടു കൂടുതൽ പറഞ്ഞുതുടങ്ങിയത്:
“അച്ഛന്റെ മകൻതന്നെ. അച്ഛനും സ്വന്തം അച്ഛനെ കൊന്നവൻ!”

•

4
അഴിഞ്ഞുകിടക്കുന്ന മുടി

"**നി**ന്റെ മുടിയൊന്നു കെട്ടിവയ്ക്കുന്നുണ്ടോ? അയാൾ അസ്വസ്ഥപ്പെട്ടു.

"എവിടെ നോക്കിയാലും കാണാം പറന്നുനടക്കുന്നത്. ഇതൊക്കെ അകത്തു ചെന്നാൽ കുടലിലാണു ചുറ്റുന്നത്."

അവളെ നോക്കാതെ അയാൾ പറഞ്ഞു. ഇഷ്ടമില്ലാത്തതു പറയുമ്പോൾ അയാൾ അങ്ങനെയാണ്, മുഖം കൊടുക്കാറില്ല, പ്രത്യേകിച്ചും ഭാര്യയ്ക്ക്. അടുത്തു നിന്നാണെങ്കിലും പറയുന്ന ആൾ മനസ്സുകൊണ്ടു ദൂരെയാണെന്നു തോന്നണം. വാക്കുകളിലുള്ള ഇഷ്ടക്കേടിന്റെ ആഴം കൂട്ടാനുള്ള ഓരോരോ വഴികൾ..

"എന്റെ മുടി കൊണ്ടല്ലേ ശല്യം? എങ്കിൽ ഇനിമുതൽ അതു ഞാൻ കെട്ടുന്നില്ല. അഴിച്ചിടുകയാണ്."

അവൾ അയാളുടെ അരികിലേക്കു വേഗം നടന്നുചെന്നു. എന്തോ പറയുവാൻ ബാക്കിയുള്ളതുപോലെ അയാളെ രൂക്ഷമായി നോക്കി.

"നീ മഹാഭാരതത്തിലെ ദ്രൗപദിയുടെ വേഷം കെട്ടുകയാണോ?"

അയാളുടെ മുഖത്തു പരിഹാസത്തിന്റെ ചുളിവുകൾ വീണു.

"വേഷം..അതെന്തിന്? എല്ലാ സ്ത്രീകളും ഒന്നല്ലേ? ഈ ലോകത്തു നിങ്ങളറിയാത്ത കുറെ ശരികളുണ്ട്. അതാണു ഞങ്ങൾ -സ്ത്രീകൾ! കുരുക്ഷേത്രത്തിലെ ഏറ്റവും മൂർച്ചയുള്ള ആയുധവും അഴിച്ചിടപ്പെട്ട ഈ മുടിതന്നെയായിരുന്നുവല്ലോ. അന്നു ദുശ്ശാസനൻ അഴിച്ചിട്ട പാഞ്ചാലിയുടെ ഈ മുടി.."

അവളിൽ ഇങ്ങനെയൊരു ഭാവമാറ്റം അയാൾ തീരെ പ്രതീക്ഷിച്ചിരുന്നില്ല. അന്നാദ്യമായി അവൾ ആ വീട്ടിൽ നിർഭയം ചിരിച്ചു. ഒരിക്കൽപോലും തന്നോട് എതിർവാക്കു പറയാത്തവൾ. ഇന്ന് എന്തി

നൊക്കെയോ ഉള്ളപുറപ്പാടാണ്. അതോ ഭ്രാന്തോ?

ഭയം ഇരുട്ടുപോലെ അയാളുടെ മനസ്സിൽ നിറഞ്ഞു. അതു പുറത്തു കാണരുത്. അയാൾ ടി.വി.ഓൺ ചെയ്തു. കാലു രണ്ടും മറ്റൊരു കസേരയിലേക്കു പൊക്കിവച്ച് ഇരിപ്പുറപ്പിച്ചു. അതൊരു ശീലമാണ്. ടി.വി. കാണുമ്പോഴാണു കൂടുതലും. കാലുകൾ അയാളോടൊപ്പം ഉയർന്നിരിക്കണം. ഇടയിൽ ചായയ്ക്കായി ഒരു കോട്ടുവാ ഇടലുണ്ട്. അതു കണ്ട് അവൾ ചായയുമായി വരണം. ഇവിടെ പുരുഷന്റെ ശബ്ദം ആജ്ഞയാണ്. വീടു നിറയെ ആണഹന്തയുടെ അടയാളങ്ങൾ!

"വീട്ടിൽ തുടങ്ങുന്നതു വീട്ടിൽ നിന്നുതന്നെ മായിച്ചുകളയണം."

അയാൾ കാലു വച്ചിരുന്ന കസേര അവൾ ദൂരേക്കു നീക്കിയിട്ടു. ഇത്രയും മതി അതൊരു വലിയ വഴക്കാകാൻ. വീട്ടിലെ തന്റെ അപ്രമാദിത്വം ചോദ്യം ചെയ്യപ്പെടുന്നത് അയാൾ സഹിക്കില്ല. അയാളാകട്ടെ, സ്ക്രീനിലെ കാഴ്ചകളിൽ തന്റെ പരിസരം പോലും മറന്നുകഴിഞ്ഞിരുന്നു. നഗ്നയാക്കപ്പെട്ട സ്ത്രീകളുടെ പിന്നാലെ ഒരു പറ്റം പുരുഷന്മാർ! പിടി കൊടുക്കാതെ സ്വന്തം മാനവും ജീവനും കാക്കാൻ ആ സ്ത്രീകൾ ഓടുകയാണ്..

"ശ്ശേ!"

ഇടയിൽ പരസ്യം കയറിവന്നപ്പോൾ മുഖം കുടഞ്ഞ് അയാൾ അക്ഷമനായി.

"നിർത്ത്!"

പൊട്ടിത്തെറിച്ചുകൊണ്ട് അവൾ അലറി.

"നിങ്ങൾതന്നെയാണ് ആ ആൾക്കൂട്ടം. അതിലെ ഓരോ മനുഷ്യനും നിങ്ങളുടെ മുഖമാണ്..!"

അവൾക്കു ചെവി കൊടുക്കാതെ അയാൾ വീണ്ടും കാഴ്ചകളിലേക്കു വീണു. •

5
പാട്ടുണർത്തുന്ന പുലരി

വീടിനു പുറത്ത് ആരോ പാടുന്നു..

നേരം പുലർന്നിരുന്നു. എങ്കിലും ഞാൻ ഉറക്കത്തിലായിരുന്നു. ഉറക്കത്തിലും പാട്ടു കേൾക്കാം. നാട്ടിൽ പോകുമ്പോഴും വീടിനടുത്തുള്ള ക്ഷേത്രത്തിൽ നിന്നും പള്ളിയിൽ നിന്നുമൊക്കെ പാട്ടു കേൾക്കാറുണ്ട്. മനസ്സുണർത്തുന്ന സ്നേഹമുള്ള പാട്ട്. എന്നെപ്പോലെ നാട്ടിലുള്ള എല്ലാവരും അതു കേൾക്കുന്നുണ്ട്. 'ഇതാണ് എന്റെ നാട്' ഇഷ്ടത്തോടെ മനസ്സു പറയും..

ഉണർവ്വിനു മുമ്പുള്ള പാതിമയക്കം.

"മോളേ.."

അമ്മയുടെ വിളി തുടങ്ങി. ഞായറാഴ്ചയും വിളിച്ചുണർത്തൽ മുറപോലെ നടക്കും.

'ഹൈസ്കൂളിലായി..എഴുന്നേറ്റിരുന്നു വല്ലതും പഠിക്ക്..' എന്നായിരിക്കും ഇനിയും പറയുന്നത്! അമ്മ വിളിച്ചാൽ ഉണർന്നില്ലെങ്കിൽ പിന്നെ അച്ഛന്റെ വക ശ്രീക്കൂട്ടീന്ന് ഒറ്റ വിളിയാ. അച്ഛൻ എന്നെ പേരേ വിളിക്കൂ. ഞാൻ മാത്രമല്ല, അച്ഛന്റെ വിളി കേട്ടു വീടും ഉണരും! അമ്മ അപ്പോൾ ഒരു നിമിഷം കണ്ണുകളടച്ചു നിൽക്കുന്നതു കാണാം. എന്നെയോർത്തുള്ള ഭയമാണത്. തെറ്റ് എന്റെതാണെങ്കിലും പഴി അമ്മയ്ക്കും കിട്ടും.

ഇന്ന് എന്തായാലും ആരും വിളിക്കാതെ ഞാൻ ഉണർന്നു.

പാട്ടുണർത്തിയ പ്രഭാതത്തിലേക്ക്-

പുലരിയുടെ ഗായകർ വീടിനു പുറത്തു നിൽക്കുന്നുണ്ട്. ഞാൻ ജനാലയുടെ ഒരു പാളി തുറന്നു പുറത്തേക്കു നോക്കി.

"വേണ്ടാ.."അമ്മ അച്ഛനെ പേടിച്ചു വിലക്കുമായി പിന്നാലെ.

എപ്പോഴും വീടിന്റെ കതകുകളും ജനാലകളും അടഞ്ഞേ കിടക്കുന്നു.

“സൂക്ഷിക്കണം. ഇതു നഗരമാണ്, ഇവിടെ ആരെയും വിശ്വസിക്കാൻ പറ്റില്ല. ചിലപ്പോൾ വഴിപോകുന്നവരുടെ ഒരു പാളി നോട്ടവുമുണ്ട്, വീടിനകത്തേക്ക്. തന്നെയുമല്ല ഈച്ചയും കൊതുകും പൊടിയും...” അങ്ങനെ പോയി അച്ഛൻ പറഞ്ഞ കാരണങ്ങൾ. എന്നാൽ, ഓണമോ വിഷുവോ ദീപാവലിയോ വന്നാൽ ഈ വാതിലുകളും ജനാലകളും ഒക്കെ തുറന്നിടും. അന്ന് അവയൊക്കെ അടച്ചിടാനാണു പേടി. ദൈവങ്ങൾ പിണങ്ങിയാലോ!

അച്ഛന്റെ വിലക്കുകളെ മറന്നാണു ഞാൻ ജനാല തുറന്നത്. ഒരാൾ മറ്റൊരാളിന്റെ ചുമലിൽ പിടിച്ച് അവർ വരിയായി അങ്ങനെ നിൽക്കുന്നു. ഒരേ വേഷം. മുമ്പിൽ നിൽക്കുന്ന ആളിന്റെ കയ്യിൽ മാത്രം ഒരു വടിയുണ്ട്. അതെ, ഞാൻ ഒരിക്കൽ ഇവരെ കണ്ടിട്ടുണ്ടല്ലോ, സ്കൂളിലേക്കു പോകുന്ന വഴിയിൽ വച്ച്. അവർ പാട്ടു പാടി ഭിക്ഷയ്ക്കായി കൈ നീട്ടുന്നു.

“അവർ അന്ധരാണ്..”

ടീച്ചറാണ് അതു പറഞ്ഞത്. നല്ല പാട്ട്. അടുത്തുപോയി നിന്ന് എനിക്കതു കേൾക്കണമെന്നു തോന്നി. സ്കൂൾബസിന്റെ സൈഡ് വിൻഡോ കൂടെയുള്ള കുട്ടികളിൽ ആരോ തുറക്കാൻ ശ്രമിച്ചു.

“വേണ്ടാ..”

ടീച്ചർ വിലക്കി.

“മോളേ..അച്ഛൻ..”

അമ്മയുടെ ഭയം കലർന്ന ശബ്ദത്തിൽ അച്ഛന്റെ നിഴൽ. അതു വീടാകെ വളർന്നുനിൽപ്പുണ്ട്.

ചായകുടിയും പത്രവായനയും കഴിയാതെ അച്ഛൻ പുറത്തിറങ്ങാറില്ല. ഇന്ന് ഓഫീസിലും പോകണ്ടല്ലോ, ഞായറാഴ്ചയല്ലേ..

“അവരുടെ പാട്ടു നിറച്ചും സങ്കടങ്ങളാണമ്മേ..ഞാൻ കതകു തുറക്കും.”

ഞാൻ നിർബന്ധിക്കുന്നത് അമ്മയ്ക്കു കൂടുതൽ പ്രയാസമാകുമെന്ന് എനിക്കറിയാം. എങ്കിലും...

“മോളേ..”

അമ്മ എന്റെ ചുമലിൽ കൈകൾ വച്ചു. അമ്മയുടെ സ്നേഹം എന്റെ ഉള്ളിലിരുന്നു പാടുന്നു.

-പുറത്തുനിന്നും കേൾക്കുന്ന അതേ പാട്ട്!

•

6
നഗരജീവിതത്തിന്റെ പ്രഭാതങ്ങൾ

രാവിലെ വൈകിയാണു വീട്ടിൽ നിന്നുമിറങ്ങിയത്. ഇന്നും ഓഫീസിലെത്താൻ ലേറ്റാകും. ഞാൻ സമയത്ത് ഓഫീസിലെത്തുന്നത് വളരെ അപൂർവ്വമാണെന്ന് അവിടെയുള്ളവർക്കെല്ലാമറിയാം. കൈയിൽ ഒരു സഞ്ചിയും പിടിച്ച് എന്റെ ഓടിക്കിതച്ചുള്ള വരവു കാണുമ്പോഴേ പല കോണിൽ നിന്നും ചിരി തുടങ്ങും. ഓഫീസിൽ ക്ലോസ്ഡ്സർക്യൂട്ട് ടി.വി. വച്ചിരിക്കുന്നതുകൊണ്ട് മുകളിൽ ഇരുന്നും ഒരാൾ കാണുന്നുണ്ട് എന്ന ആധി വേറെയും. മനുഷ്യരുടെയും യന്ത്രങ്ങളുടെയും എല്ലാ കണ്ണുകൾക്കും മുമ്പിൽ വിവസ്ത്രനായതുപോലെ ഞാൻ ചൂളി നിൽക്കും. ആത്മാർത്ഥമായും ഞാൻ അപ്പോൾ വിചാരിക്കും ഇനി ഒരിക്കലും വൈകുകയില്ല എന്ന്!

നഗരജീവിതത്തിന്റെ പ്രഭാതം, തിരക്കുകളുടെ ഘോഷയാത്രയിലേക്കാണ് എല്ലാവരെയും ഉണർത്തുന്നത്. രാവിലത്തെ മാത്രമല്ല, ഉച്ചഭക്ഷണവും കരുതിക്കൊണ്ടു വേണം വീട്ടിൽ നിന്നിറങ്ങാൻ. ഇതിനിടയിൽ പത്രം വായിക്കാനുള്ള സമയവും കണ്ടെത്തണം. അതു ചെറുപ്പം മുതലേ ഉള്ള ശീലമാണ്. വായന തുടങ്ങിയാൽ വാർത്തകളാണു സമയത്തെ കൊണ്ടുപോകുന്നത്. ഞാൻ എല്ലാം മറന്നു കൂടെപ്പോകുന്നു. നഗരജീവിതത്തിന്റെ ഒറ്റപ്പെടലും ഒറ്റമുറിജീവിതവും! പത്രമാണു കൂട്ട്. ചുവരിലെ ഘടികാരത്തിന്റെ സമയമറിയിച്ചുകൊണ്ടുള്ള മുഴക്കം. ഞാൻ ഇന്നും വൈകി. ഇനിയെത്ര ശ്രമിച്ചാലും സമയത്ത് ഓഫീസിൽ എത്തുകയില്ല. മനസ്സിനെ നീറ്റുന്ന വാർത്തകളും സമയം തെറ്റിയുള്ള യാത്രയും. ഘടികാരവും എന്നോടു പിണക്കത്തിലാണ്.

വീട്ടിൽ നിന്നു ബസ്സ്റ്റാൻഡിലേക്കു നടന്നുവേണം പോകാൻ. കാൽനടക്കാർക്കു മാത്രം റോഡിൽ സ്ഥലമില്ല! ഫുട്പാത്തുകളിൽ

നിറയെ വാഹനങ്ങൾ പാർക്കു ചെയ്തിരിക്കുന്നു. കച്ചവടക്കാരും റോഡിനോടു ചേർന്നുള്ള താമസക്കാരും കൈയേറിയതിന്റെ ബാക്കിയുള്ള റോഡിലൂടെ വേണം ഒരു മഹാനഗരത്തിനു നീങ്ങാൻ! അതിനിടയിലൂടെ ഒരഭ്യാസിയെപ്പോലെ ഞാനും! വാഹനങ്ങൾ തലങ്ങും വിലങ്ങും കണ്ണില്ലാതെ ചീറിപ്പായുന്നു. തന്നെപ്പോലെ എല്ലാവരും വൈകിയിട്ടുണ്ടാകും..

തിരക്കുള്ള റോഡു കുറുകെക്കടന്നു വേണം ബസ്സ്റ്റാൻഡിൽ എത്തുവാൻ. അതിനായും ഒരു കാത്തുനിൽപ്പുണ്ട്, സിഗ്നലിൽ കാൽനടക്കാർക്കുള്ള വെളിച്ചവും കാത്ത്!

എന്റെ ഓഫീസിൽ ഇരുന്ന് ആരൊക്കെയോ ചിരിക്കുന്നു. പരസ്പരം അറിയാതിരിക്കുന്നതു മാത്രമല്ല, അവനവനെയും അറിയാതെ പോകുന്നുവെന്നതാണു നഗരം. ഇവിടെ ആരാണു താൻ? ഏതാണു തന്റെ മുഖം? ഞാൻ നിൽക്കുന്നതിന്റെ എതിർവശത്തായി ആളുകൾ പതിവില്ലാതെ കൂടിനിൽക്കുന്നു. ആരോ ഒരാൾ റോഡിന്റെ അരികിലായി കിടപ്പുണ്ട്. അയാളെ കാണാനാവാം ഈ ആൾക്കൂട്ടം. എന്തും വരട്ടെ എന്നു കരുതി സിഗ്നൽ ആകുംമുമ്പേ ഞാൻ റോഡു മുറിച്ചുകടന്നു. ചുട്ടുപൊള്ളുന്ന വേനൽച്ചൂടിൽ അയാൾ വാടിത്തളർന്നു ബോധം മറഞ്ഞു കിടക്കുകയാണ്. കാഴ്ചയിൽ ചെറുപ്പക്കാരൻ. ശരീരം ക്ഷീണിച്ചു നന്നേ മെലിഞ്ഞിരിക്കുന്നു. ഇട്ടിരിക്കുന്ന പാന്റും ഷർട്ടും നിറയെ പല നിറത്തിലുള്ള ചായത്തിന്റെ പാടുകൾ. പെയിന്റിങ് ആയിരിക്കണം അയാളുടെ തൊഴിൽ. അയാളുടെ സൈക്കിൾ ആരോ എടുത്തു തിരക്കൊഴിഞ്ഞവശത്തേക്കു മാറ്റിവച്ചിട്ടുണ്ട്. അതിൽ തൂങ്ങിക്കിടക്കുന്ന സഞ്ചിയിൽ ഉച്ചഭക്ഷണമാകാം. അല്പം വെള്ളം മുഖത്തു തളിച്ചാൽ ചിലപ്പോൾ അയാൾ ഉണരുമായിരിക്കും. പിന്നെ, ആലോചിച്ചുനിന്നില്ല. അടുത്തുകണ്ട ഭക്ഷണശാലയിൽ നിന്നു ഗ്ലാസ്സിൽ വെള്ളം വാങ്ങി അയാളുടെ മുഖത്തുതളിച്ചു. ഭാഗ്യം, അയാൾ കണ്ണു തുറന്നു. താൻ എവിടെയാണെന്നറിയാതെ ചുറ്റും പകച്ചുനോക്കി. വെള്ളം കൊടുത്തതു കിതയ്ക്കുന്ന ശബ്ദത്തോടെ അയാൾ കുടിച്ചുതീർത്തു.

“ഇന്നു ഞാൻ വൈകി..!”

ഖിന്നത നിറഞ്ഞ ആ മുഖത്തു നിന്നും ആദ്യം കേട്ട ശബ്ദം. പെട്ടെന്നു ചാടി എഴുന്നേറ്റ് അയാൾ തന്റെ സൈക്കിൾ പരതി.

•

7

ജീവിതം യാത്രപോകുമ്പോൾ

എപ്പോഴും അയാൾ വേഗത്തിലേ നടക്കൂ, എന്തൊക്കെയോ ചെയ്തുതീർക്കാൻ ബാക്കിയുള്ളതുപോലെ. അതിന്റെ ധൃതിയാകാം അയാളുടെ കാലുകളുടെ വേഗം. അയാളുടെ ചിരിയിലുമുണ്ട് ഒരു മിന്നിമറയൽ. കാണുന്നവർ വിചാരിച്ചുകൊള്ളണം, അയാൾ ചിരിച്ചു എന്ന്! അങ്ങനെ വിചാരിക്കും മുമ്പേ അയാളുടെ ചിരിയിലെ തിരി കെട്ടിരിക്കും! എതിരേ വരുന്നവരിൽ ഏറ്റവും വേണ്ടപ്പെട്ടവർക്കു മാത്രം അയാൾ മുഖം കൊടുത്തു. ആരോടും നിന്നു സംസാരിക്കാറില്ല. പറഞ്ഞുകൊണ്ടുതന്നെ നടന്നുനീങ്ങും. വെള്ള മുണ്ടും ഖദർ ഷർട്ടു മാണു വേഷം. വീടെന്നോ നാടെന്നോ ഉള്ള വ്യത്യാസം ഇല്ല. എവിടെയാണെങ്കിലും വേഷം ഒന്നുതന്നെ.

വീടുവിട്ടു പുറത്തിറങ്ങിയാൽ വളഞ്ഞ പിടിയുള്ള ഒരു നീളൻ കുട കൈയിൽ കരുതും. ദൂരയാത്രയ്ക്കാണു പുറപ്പാടെങ്കിൽ ഷർട്ടിന്റെ പിൻകഴുത്തിൽ കുട തൂങ്ങിക്കിടക്കും. ജോലി എന്നു പറയാൻ കുറച്ചുകാലം ഒരു ചായക്കട നടത്തിയിരുന്നു. നാട്ടിൻപുറത്തെ കച്ചവടമാണ്. കട നടന്നുപോകണമെങ്കിൽ ധാരാളം കടം കൊടുക്കണം. പണം ചോദിക്കുമ്പോൾ പറ്റുകാർ വഴിമാറി സഞ്ചരിക്കാൻ തുടങ്ങും! ബാധ്യതകൾ ഏറെയുണ്ടായിരുന്നതുകൊണ്ട് അധികനാൾ മുന്നോട്ടു പോകാൻ കഴിഞ്ഞില്ല. കട പൂട്ടി.

വീട്ടിലും പറയത്തക്ക വരുമാനമൊന്നുമില്ല. മാതാപിതാക്കളും സഹോദരങ്ങളും വല്ലപ്പോഴും കിട്ടുന്ന കൃഷിപ്പണി കൊണ്ടു ജീവിക്കുന്നു. വിവാഹപ്രായം കഴിഞ്ഞിട്ടും ദാമ്പത്യസ്വപ്നങ്ങളൊന്നും അയാൾ കാണുന്നുണ്ടായിരുന്നില്ല.

പത്താം ക്ലാസ്സുവരെയേ പഠിച്ചിട്ടുള്ളു എങ്കിലും അതുവരെ പഠിച്ച പാഠങ്ങളെല്ലാം ഓർമ്മയിലുണ്ട്. സ്വാതന്ത്ര്യസമരചരിത്രമാണ്

അതിൽ ഏറ്റവും ഇഷ്ടം. ഗാന്ധി, നെഹ്രു തുടങ്ങിയ പേരുകൾ ഓർക്കുമ്പോൾ സ്വന്തം നാടിനെ അയാൾ കൂടുതൽ ഇഷ്ടപ്പെട്ടിരുന്നു. ഈ ഇഷ്ടങ്ങൾ ഒന്നും ആരോടും പറയാൻ വേണ്ടിയല്ല. 'ഓർമ്മകൾ സൂക്ഷിക്കുന്നതാണ് എനിക്ക് എന്നോടുള്ള ഇഷ്ടം' സ്വന്തം മനസ്സിനെ അയാൾ അങ്ങനെയാണു വായിച്ചെടുത്തത്!

കട നിന്നുപോയതിനു ശേഷം അയാൾക്കു യാത്രയുടെ തിരക്കു കൂടി. യാത്രകൾ പൊതുവേ അയാൾക്കിഷ്ടവുമായിരുന്നു. വാങ്ങിച്ച കടങ്ങളൊക്കെ മടക്കിനൽകാനാവാത്തതിന്റെ വിഷമവും നല്ലതുപോലെ ഉണ്ടായിരുന്നു. എന്നും പുറത്തുപോകുമ്പോൾ എന്തെങ്കിലുമൊക്കെ ആൾക്കാരോടു പറഞ്ഞുനിൽക്കാം. ഇടയ്ക്കിടെ അന്യസംസ്ഥാനങ്ങളിലേക്കും യാത്രകൾ നീണ്ടുപോയി. ആദ്യകാലങ്ങളിൽ അന്നന്നു വീട്ടിൽ വരണമെന്ന് അയാൾക്കു നിർബന്ധമായിരുന്നു. സ്വന്തം വീട്ടിൽത്തന്നെ കിടന്നുറങ്ങണം. രാവിലെ വീട്ടിൽ നിന്നു പുറപ്പെടണം. അന്നൊക്കെ ഒരു പകൽദൂരമേ അയാളുടെ യാത്രയ്ക്കുണ്ടായിരുന്നുള്ളു. യാത്രകളുടെ ദൂരം കൂടുന്തോറും ആഴ്ചകളും മാസങ്ങളും കഴിഞ്ഞായി മടക്കം. മാസങ്ങളോളം അയാളെ കാണാതിരിക്കുമ്പോൾ വീട്ടുകാരും കടം തിരികെ കിട്ടാനുള്ളവരും മാത്രം അയാളെ ഓർത്തു. കാണാതിരിക്കുമ്പോൾ മറക്കുകയും കാണുമ്പോൾ മാത്രം ഓർക്കുകയും ചെയ്യുന്നതാണ് നാടിന്റെ സ്വഭാവം. ഇന്നലെകളെ മറക്കുന്ന വേഗത്തിൽ നാട് അയാളെയും മറന്നു!

പുതിയൊരു ശബ്ദം കേട്ടാണ് അന്നു നാടുണർന്നത്. നാട്ടുകാർ ആ യന്ത്രത്തിനു ചുറ്റും തിരക്കു കൂട്ടി. അന്നുവരെ ആ ഗ്രാമം കാണാത്ത ഒന്ന്! അത്ഭുതങ്ങളുടെ ആകാശത്തു നിന്ന് അവർ ചോദിച്ചു:

"എന്താ ഇത്?"

കണ്ണുകളിൽ സ്നേഹത്തിന്റെ നനവോടെ അയാൾ ചിരിച്ചു. സ്വന്തം നാടിന്റെ കടം വീട്ടാൻ, നിലം ഉഴുതുമറിച്ചുകൊണ്ട് ആ ട്രാക്റ്റർ മുന്നോട്ടു നീങ്ങി..

ജീവിതം അയാളെയുംകൊണ്ടു യാത്ര പോവുകയാണ്..!

•

8

വെള്ളപ്പൊക്കത്തിലെ പെൺതടവ്

കാറ്റ് കാലവർഷത്തിന്റെ വരവറിയിച്ചു കടന്നുപോയി.

"തെക്കൻകാറ്റാണു വീശുന്നത്. ഈ മഴക്കാലവും എങ്ങനെയാകുമോ എന്തോ!"

വഴിയേ പോകുന്നവർ വർത്തമാനം പറഞ്ഞുകൊണ്ടു മുറ്റത്തേക്കു കയറിവന്നു.

"കാലവർഷം ചതിച്ചാൽ ഇത്തവണയും പട്ടിണി!" അച്ഛനും അവരെ ഏറ്റുപറഞ്ഞുകൊണ്ടു കുറച്ചുദൂരം അവരോടൊപ്പം നടന്നു.

"അവർ പറഞ്ഞതു ശരിയാണോ? അച്ഛനും പറയുന്നു.."

ചോദ്യം കലർന്ന മുഖഭാവത്തോടെ ഞാൻ അമ്മയെ നോക്കി. അമ്മ സ്നേഹപൂർവ്വം എന്നെ ചേർത്തുനിർത്തി. ഇളയ സഹോദരൻ കളിയുടെ തിരക്കിലാണ്. അവൻ ചോദ്യങ്ങളുമായി എത്തിയില്ല. അവനോടൊപ്പം അയൽപക്കത്തെ കുട്ടികളുമുണ്ട്. വഴിയിലും പറമ്പിലും കാണുന്നതൊക്കെ പറിച്ചുതിന്നും കളിച്ചും ഓടിച്ചാടിനടന്നും കുട്ടികൾ നാടിന്റെ അരങ്ങായി. കളിക്കൂട്ടത്തിന്റെ ശബ്ദം ഉച്ചത്തിലാകുമ്പോൾ വഴിപോക്കരിൽ ചിലർ, 'ഇതെന്തോരു ബഹളമാണ്? വീട്ടുകാർ അഴിച്ചുവിട്ടിരിക്കുകയല്ലേ?' എന്നു മുറുമുറുക്കും! കുട്ടികളോടു സ്നേഹത്തിൽ ആരും സംസാരിച്ചിരുന്നില്ല. ഞങ്ങൾ കുട്ടികൾ അവരുടെയൊക്കെ എന്തെങ്കിലും മുതൽ നശിപ്പിക്കുമോ എന്നവർ ഓരോരുത്തരും സംശയിച്ചിരുന്നിരിക്കണം. ശരിയാണ്. വിശക്കുമ്പോൾ വഴിയിലും തൊടിയിലും കാണുന്ന കായകൾ ഞങ്ങൾ പറിച്ചുതിന്നിരുന്നു. ഞങ്ങളെ പഴിച്ചവരുടെ മക്കളും ഞങ്ങളുടെ കൂട്ടത്തിൽ ഉണ്ടായിരുന്നു! ഞങ്ങൾ കാണുന്ന മരത്തിലൊക്കെ കയറിയിരുന്നു. അതും കളിയുടെ ഭാഗമായിരുന്നു.

കാറ്റു പറഞ്ഞുപോയതുപോലെ, ആകാശം കറുത്തിരുണ്ടു

മഴ പെയ്തുതുടങ്ങി. വെള്ളം നിറഞ്ഞ തോടുകൾ പാടത്തെ വലം വച്ചൊഴുകി. തോടിന്റെ ഇരുകരകളിലുമാണ് വീടുകൾ ഏറെയും. വീടിരിക്കുന്ന പറമ്പുകൾ കഴിഞ്ഞാൽ പാടത്തിന്റെ പുറംബണ്ടുകളാണ്. അവ തോടിനോടു ചേർന്നുനിൽക്കും.

വിശപ്പു കൂടുന്ന ദിവസങ്ങളിൽ, മഴ മാറി മാനം ഒന്നു തെളിയുന്ന നേരം നോക്കി കൂട്ടുകാരുമായി ഞങ്ങൾ പുറത്തേക്കിറങ്ങും. മഴ പോലെ മഴ പെയ്തുതോരുന്ന സമയവും എല്ലാവർക്കും സന്തോഷമാണ്. അതുവരെ മുഖം കാണിക്കാത്ത പുരയിടങ്ങളിലേക്കു ഞങ്ങൾ കാടുകയറും! വേലിക്കു പുറത്തുനിന്ന് പറമ്പിൽ പണിയെടുക്കുന്നവരോട് ആദ്യം സംസാരിക്കും. അവർക്കും കൈക്ക് ഒരിളവു കിട്ടുന്ന സമയമാണത്. ഉടമയുടെ സ്ഥിരം പണിക്കാരാണവർ. ജോലി അവർക്കു കൂടുതലുണ്ടാവും. കൂലിയോ, വളരെക്കുറവും! ഞങ്ങളെ കാണുമ്പോൾ അവർ തമാശകൾ പറഞ്ഞു സ്നേഹത്തോടെ ചിരിക്കും. മറ്റുസമയങ്ങളിൽ അവർ ചിരിക്കുന്നതു ഞങ്ങൾ കാണാറില്ല. അവരുടെ സ്നേഹം കണ്ട് ഒരു പേരയ്ക്കയോ മറ്റോ ചോദിച്ചാൽ ഉടമയെപ്പോലെയോ ചിലപ്പോൾ അതിലേറെയോ അവരും ദേഷ്യപ്പെടും! അപ്പോഴേക്കും കൂടെയുള്ള വിരുതന്മാർ അവർക്കു വേണ്ടതു കൈക്കലാക്കിയിരിക്കും! ആരും കാണാതെ അവ ഞങ്ങൾ പങ്കുവച്ചു കഴിക്കും.

രാത്രിയും പകലും ഒരുപോലെ നാട്ടുകാരായ പണിക്കാർ പാടത്തിനു കാവലായി ഓടിനടക്കുന്നു. നോക്കിയിരിക്കെ, പെട്ടെന്നു പൊങ്ങുന്ന വെള്ളം. അതിനെ പുറവരമ്പിനു പുറത്തു നിർത്തണം. ചിലയിടങ്ങളിൽ ചിറ കെട്ടിയതു കവിഞ്ഞൊഴുകും. അവിടെയൊക്കെ ബണ്ടിനു ബലവും ഉയരവും കൂട്ടും. അതിനാണ് ഈ കരുതൽ. രാത്രിയിൽ പെട്രോമാക്സിന്റെ വെളിച്ചത്തിൽ ആളുകൾ ജാഗ്രതയോടെ നീങ്ങുന്നതു കാണാം. വേണ്ട പണിയായുധങ്ങൾ അവർ കരുതിയിട്ടുണ്ടാവും. അവരോടൊപ്പം വള്ളത്തിൽ മുളങ്കുറ്റികളും കച്ചിയും കട്ടയും ചവറും ചാക്കിൽ നിറച്ച മണ്ണുമായി വേറെയും ആൾക്കാർ. വിശപ്പും ദാഹവും മറന്നാണ് അവരെല്ലാം ചേർന്നു പാടം കാത്തു പോന്നത്.

രാത്രിയിലാണ് അപകടസാദ്ധ്യത കൂടുതൽ. പല രാത്രികളിലും അകലെ ഉച്ചത്തിലുള്ള കൂവലും ബഹളവും കേൾക്കാം. അച്ഛനും അവരോടൊപ്പം ഉണ്ടാവും. കൃഷിയുള്ള പാടത്തു മഴ പെയ്തുതുടങ്ങിയാൽ ഒരു വീട്ടിലും ആർക്കും ഇരിപ്പുറയ്ക്കില്ല. ഇവിടത്തെ ഓരോ ജീവന്റെ വിലയും പാടത്തു നിറഞ്ഞുനിൽക്കുന്ന നെൽക്കതിരുകളിലാണ്.

രാത്രിയിൽ ഉറക്കം വരാറില്ലെങ്കിലും എപ്പോഴെങ്കിലും ഞങ്ങൾ ഒന്നു മയങ്ങിയെന്നിരിക്കും. മുനിഞ്ഞുകത്തുന്ന മണ്ണെണ്ണവിളക്കിന്റെ അരണ്ട വെളിച്ചത്തിൽ അമ്മ അപ്പോഴും അച്ഛനെ കാത്തിരിക്കുന്നുണ്ടാവും!

രാത്രി നന്നേ ഇരുട്ടിക്കഴിഞ്ഞിരിക്കുന്നു. അയൽവീട്ടിലെ കൂട്ടുകാരിയുടെ അമ്മ മഴ നനഞ്ഞുകൊണ്ടു പുറത്തു നിൽക്കുന്നു.

“എന്റെ മകൾ വയസ്സറിയിച്ചു. ഇവിടത്തെ കുട്ടിയും മോളും ഒരേ പ്രായം. ഇനി അവൾ പുറത്തുപൊയ്ക്കൂടാ. കഴിഞ്ഞതവണ ആദ്യമായി വയസ്സറിയിച്ച ആരോ അറിയാതെ ചില സ്ഥലങ്ങൾ മറികടന്നുവെന്നാണു പറയുന്നത്. അവിടെയാണു മടവീണത്. അതു തടുക്കാൻ ആർക്കും കഴിയില്ല. സൂക്ഷിക്കണം..”

അവരും മഴയായി പുറത്തുനിന്നു പെയ്തു.

“അമ്മാ..”

എന്റെ പാതി നിലച്ചുപോയ ശബ്ദം. അമ്മ തന്റെ അരികിലേക്ക് എന്നെ ചേർത്തുനിർത്തി, അപ്പോഴും!

•

9
ഫുട്ബോൾ

ടെലിവിഷന്റെ മുമ്പിൽ കാണികൾ പക്ഷം പിടിച്ച് ഇരിപ്പുറപ്പിച്ചു. ഏതു പക്ഷം ചേരണമെന്നറിയാതെ ഞാനുമുണ്ട് അവരോടൊപ്പം. എനിക്ക് ഇഷ്ടമുള്ള കളിക്കാരാണ് ഇരു ടീമിലും. അതുകൊണ്ടു പക്ഷം ചേരുന്നതു ശരിയാവില്ല എന്നെനിക്കു തോന്നി.

കളി തുടങ്ങി. ഫുട്ബോൾ ലോകകപ്പിനു വേണ്ടിയുള്ള ഫൈനൽ! ലോകം കാത്തുകാത്തിരുന്ന നിമിഷങ്ങൾ. ജനഹൃദയങ്ങളെ ത്രസിപ്പിച്ചുകൊണ്ട് എതിരാളികളെ കീഴടക്കിയ കാൽപ്പന്തിലെ രാജാക്കന്മാർ പരസ്പരം ഏറ്റുമുട്ടുന്നു.

മെസ്സി..എംബാപ്പെ..

വായ്ത്താരി അന്തരീക്ഷത്തിൽ പെയ്തുതുടങ്ങി. ലോകത്തിന്റെ ശ്വാസഗതിതന്നെ നിലച്ചുപോകുന്ന നിമിഷങ്ങൾ! പന്തിനു മുമ്പേ കാണികളുടെ മനസ്സു ഗോൾമുഖത്തേക്കു പാഞ്ഞു. അവരുടെ ശരീരഭാഷ അതു വ്യക്തമാക്കുന്നുണ്ട്. കണ്ടിരിക്കവേ ഒരു പക്ഷത്തു നിന്നും അതാ, ആകാശം മുട്ടെ ആരവമുയർന്നു. അവർ ഇളകിമറിയുന്നു.

"ഗോൾ!"

ആദ്യത്തെ ഗോൾ പിറന്നു. സന്തോഷിക്കുന്നവരോടൊപ്പം അവരുടെ അഹ്ലാദത്തിൽ നിലമറന്നു ഞാനും ചേർന്നു.

എതിർഭാഗം നിശ്ശബ്ദം. നിശ്ചലം. പെട്ടെന്നവർ ക്ഷീണിച്ചതു പോലെ. അവരുടെ മുഖങ്ങൾ ഇരുണ്ടിരുന്നു.

അതാ, വീണ്ടും ഗോൾ!

എതിർടീമിനു മേൽ പ്രഹരമേൽപ്പിച്ചുകൊണ്ട് ഏകപക്ഷീയമായ രണ്ടാം ഗോളിന്റെ പിറവി! അപ്പോഴും ഞാൻ തുള്ളിച്ചാടി.

കളി അതിന്റെ അവസാനഭാഗത്തേക്കു കടക്കുന്നു. എതിർ

പക്ഷത്തിന്റെ തോൽവി ഉറപ്പിച്ചുകഴിഞ്ഞു. കാണികളിൽ ഒരു വിഭാഗം മരവിച്ചിരിക്കുന്നു. എങ്കിലും അവരുടെ മുഖങ്ങളിൽ നേരിയ പ്രതീക്ഷയുണ്ട്. കളിയാണ്. എന്തും സംഭവിക്കാം. ജീവിതം പോലെ പ്രവചനാതീതം.

അപ്രതീക്ഷിതമായാണ് അതു സംഭവിച്ചത്. എതിരാളിയും ഗോൾ അടിച്ചു! ഇതുവരെ ഇളകിമറിഞ്ഞവർ നിശ്ചലരായി. എതിർഭാഗത്ത് ആഹ്ലാദത്തിമർപ്പുകൾ അലതല്ലുന്നു. അപ്പോഴും ഞാൻ സന്തോഷിച്ചു. അവരോടൊപ്പം ചേർന്നു തുള്ളിച്ചാടി!

•

10
കലണ്ടർ

ആ കൗമാരക്കാരൻ പ്രഭാതത്തിൽ ഭിക്ഷാടനത്തിനിറങ്ങിയതാണ്. നടന്നുനടന്ന് തിരക്കുള്ള കടയുടെ മുമ്പിൽ അവനെത്തി. അവിടെ ആളുകൾ വരിയായി നിൽക്കുന്നതുകണ്ട് അവനും അതിനുള്ളിലേക്കു നൂണ്ടുകയറി. എന്തിനാണ് ഈ കാത്തുനിൽപ്പ് എന്ന് അവനറിയില്ല. ആരോടും അവൻ ചോദിച്ചതുമില്ല. ഭിക്ഷാടനത്തിനിടയിലെ തമാശയായി ഇങ്ങനെ എന്തെങ്കിലുമൊക്കെ അവൻ ചെയ്യാറുണ്ട്.

എന്നാൽ, വരിയിൽ നിൽക്കുന്ന ആളുകൾ കാര്യമായി എന്തോ പ്രതീക്ഷിക്കുന്നതായി അവനു തോന്നി. തന്നെപ്പോലെതന്നെ പ്രതീക്ഷകളോടെയാണു പ്രഭാതത്തിലെ അവരുടെ വരവും. അവരെല്ലാം എന്താവും ആഗ്രഹിക്കുന്നത്? വിശപ്പു മാറണമെന്നായിരിക്കുമോ? അതു മാത്രമല്ലേ മനുഷ്യനാവശ്യമുള്ളു? വേറെ എന്താവശ്യം? തന്റെ ആവശ്യം വച്ച് അവൻ മറ്റുള്ളവരെയും കാണുകയായിരുന്നു.

കടയ്ക്കു മുന്നിലെ കാത്തുനിൽപ്പാണിത്. മറ്റെങ്ങും കൈനീട്ടാതെ ഈ ദിവസം ഇവിടുന്നു കിട്ടുന്നതുകൊണ്ടു മതിയായേക്കും. എന്തായാലും ആളുകൾ ക്ഷമയോടെ കാത്തുനിൽക്കുന്നതല്ലേ? വരി മുന്നോട്ടു നീങ്ങുന്തോറും കാര്യങ്ങൾ അവനും മനസ്സിലായിത്തുടങ്ങി. പുതുവർഷത്തലേന്നുള്ള സമ്മാനവിതരണമാണ്! കടക്കാരന്റെ വക. എല്ലാവർക്കും ഓരോ കലണ്ടർ. നിറയെ ദൈവങ്ങളുടെ ചിത്രങ്ങൾ സഹിതം അച്ചടിപ്പിച്ചത്! അതു സൗജന്യമായി കിട്ടുന്നു എന്നതുമാത്രമല്ല, വീട്ടിലെ ചുമരിൽ അത് ഇട്ടുകഴിഞ്ഞാൽ പുതുവർഷം നല്ലതായിരിക്കും എന്ന ഗ്രാമീണരുടെ വിശ്വാസവും പ്രധാനമാണ്. ഒരു വർഷത്തെ ഫലമാണ്. നഷ്ടപ്പെട്ടുകൂടാ. ജീവിതം എങ്ങനെ

യൊക്കെ ജീവിച്ചിട്ടും കടവും കഷ്ടപ്പാടും മാത്രമാണു പലർക്കും മിച്ചമായുള്ളത്. മരുന്നു കഴിക്കാത്ത മനുഷ്യരുള്ള വീടുകൾതന്നെ കുറവാണ്. കുട്ടികൾ പഠിക്കാൻ, പഠിച്ചവർക്കു ജോലി കിട്ടാൻ അങ്ങനെ പോയ വർഷം നടക്കാത്തതൊക്കെ പുതുവർഷത്തിൽ സഫലമാകണം.

അവന്റെ മുന്നിലും പുറകിലുമായി അവനറിയുന്ന പലരെയും അവൻ കണ്ടു. അവരും തന്നോടൊപ്പം ഇവിടെ കൈ നീട്ടി നിൽക്കുന്നു! ഇതുവരെ തന്നെക്കൂടാതെ ഒന്നോ രണ്ടോ പേർ മാത്രമാണ് ഇവിടെ ഭിക്ഷാടനം നടത്തിയിരുന്നത്. എല്ലാവരും ഗ്രാമത്തിനു പുറത്തു നിന്നെത്തിയവർ. താനും അങ്ങനെ വന്നതാണല്ലോ എന്നവൻ ഓർത്തു. അവനു തന്റെ മനസ്സു നന്നായി വേദനിക്കുന്നതായി തോന്നി. ഒരു നാടു മുഴുവനും തന്നെപ്പോലെ കൈ നീട്ടി...

ഇവർക്കൊക്കെ അന്തിയുറങ്ങാൻ വീടുള്ളവരാണ്. തന്നെപ്പോലെ ഏതെങ്കിലും കടത്തിണ്ണയിലല്ലല്ലോ അവരുടെ രാത്രിജീവിതം! ഭക്ഷണവും സുഭിക്ഷമായിരിക്കും. ഇതൊക്കെ തനിക്കുണ്ടായിരുന്നെങ്കിൽ ഇവിടെ കാത്തുനിൽക്കാൻ താൻ ഒരിക്കലും വരുമായിരുന്നില്ല.

മെല്ലെ നീങ്ങുന്ന വരിയിലൂടെ അവനും കടയുടെ വാതിൽക്കൽ എത്തി. കടക്കാരന്റെ ദിവ്യമായ സമ്മാനം! അതു വാങ്ങി തിരികെ നടക്കുമ്പോൾ, അവൻ ആഗ്രഹിച്ചുതുടങ്ങി:

ഈ കലണ്ടർ തൂക്കിയിടാൻ തനിക്കൊരു ചുമരുണ്ടായിരുന്നെങ്കിൽ!

•

11
റിക്ഷാവാല

മനുഷ്യന്റെ കഷ്ടപ്പാടുകളെക്കുറിച്ചാണു റിക്ഷയിലിരുന്നപ്പോൾ ഞാൻ ചിന്തിച്ചുപോയത്. പകലന്തിയോളം ജോലി ചെയ്താലും ഇവർക്കെന്താണു മിച്ചം?

ബസ്സിറങ്ങി ഓഫീസിലേക്കു പോകുന്ന ദൂരം റിക്ഷയിലാണ് എന്റെ യാത്ര. ഒന്നൊന്നര കിലോമീറ്റർ ദൂരം കാണും. സാധാരണ നടക്കാവുന്ന ദൂരമേയുള്ളു. വീട്ടിൽ നിന്നു വൈകിയിറങ്ങുന്നതുകൊണ്ട് നടന്നാൽ പിന്നെയും വൈകും. ഞാൻ ഒരു പതിവുയാത്രക്കാരനായതുകൊണ്ട് എന്റെ സമയം അറിഞ്ഞ് അവർ കാത്തു നിൽക്കും. ആരുടെ റിക്ഷയിൽ കയറണം എന്ന സംശയം വേണ്ട. അവർ ഊഴം വച്ചാണു വരുന്നവരെ കൊണ്ടുപോകുന്നത്. എന്റെ വഴിയിലേക്ക് ഒരു നിശ്ചിതതുക കൂലിയാണെങ്കിലും ചിലപ്പോൾ അതിൽ കൂടുതലും ഞാൻ കൊടുക്കും. അവരുടെ പേരു ചോദിച്ചും വീട്ടിലെ വിവരങ്ങളാരാഞ്ഞും യാത്രയുടെ സമയം കടന്നുപോകും.

“സഹോദരിമാരെ കൂടാതെ അമ്മയ്ക്കു ഞങ്ങൾ നാല് ആൺമക്കൾ ഉണ്ടായിരുന്നു. അച്ഛൻ ഞങ്ങളുടെ ചെറുപ്പത്തിലേ ഭീകരരുടെ വെടിയേറ്റു മരിച്ചു..”

വീട്ടിലെ വിവരങ്ങൾ അന്വേഷിച്ചപ്പോൾ അവൻ പറഞ്ഞുതുടങ്ങിയത് ഇങ്ങനെയാണ്. അവന്റെ ശബ്ദം ഇടറുന്നുണ്ട്. ചോദിക്കേണ്ടായിരുന്നു എന്നു ഞാൻ മനസ്സിൽ പറഞ്ഞു. രാവിലെ വന്ന യാത്രക്കാരൻ, റിക്ഷ ചവിട്ടുന്ന ആ യുവാവിന്റെ ഭൂതകാലത്തിലൂടെ സഞ്ചരിക്കുകയാണ്. അവന്റെ ശബ്ദം മാറിയപ്പോൾ വേണ്ടായിരുന്നുവെന്നു മനസ്സു വീണ്ടും ശകാരിച്ചു. ഇവിടെ ഓരോ മനുഷ്യനും ആകാശത്തോളം സങ്കടങ്ങളുമായിട്ടാണു ജീവിക്കുന്നത്. അതുകൊണ്ട് ആരോടും ഒന്നും ചോദിക്കണ്ട. അതായിരിക്കും നല്ലത്. റിക്ഷ വളരെ

സാവധാനമാണു നീങ്ങുന്നത്. ഇന്ന് ഇത്തിരി വൈകിയാലും സാരമില്ല. അവന്റെ സങ്കടം മാറട്ടെ. ജീവിതം ആരോടെങ്കിലുമൊക്കെ പറയുമ്പോൾ വല്ലാത്ത ആശ്വാസമാണ്. എന്റെ മൗനം അറിഞ്ഞപ്പോൾ ഒരു നിമിഷം അവൻ തിരിഞ്ഞുനോക്കി. അപ്പോഴാണ് ആ മുഖം ഞാൻ ശ്രദ്ധിക്കുന്നത്. നഗരത്തിൽ ആർക്കും മുഖമില്ല എന്നാണല്ലോ പറയുന്നത്. എന്നാലും ഈ മുഖം ഞാൻ ഒരിക്കലും മറക്കില്ല. അത്ര ദയനീയമായിരുന്നു അത്. ഒരു ജീവിതം മുഴുവനും ആ മുഖത്തുണ്ട്. റിക്ഷ അപ്പോഴും മുന്നോട്ടു പോകുകയാണ്..

ഞാൻ കേൾക്കുന്നുണ്ടോ ഇല്ലയോ എന്നതു പരിഗണിക്കാതെ പതിഞ്ഞ ശബ്ദത്തിൽ അവൻ കഥ തുടർന്നു; ഓർമ്മകൾ തന്നോടുതന്നെ പറയുന്നതുപോലെ..

“ഏറ്റവും മൂത്ത സഹോദരൻ ഞങ്ങൾക്ക് എല്ലാമായിരുന്നു. അച്ഛന്റെ പിന്നാലെ ആ ജ്യേഷ്ഠനും പോയി! ജഡം പോലും ഞങ്ങൾ കണ്ടില്ല. രാജ്യത്തിന്റെ അതിർത്തിരേഖകൾ വരയ്ക്കുന്നതു ചോര കൊണ്ടാണ്. അവിടെ വെടിയൊച്ചകൾ നിലയ്ക്കുന്നതേയില്ല. ഞങ്ങൾ ഭീകരവാദത്തിന്റെ ഇരകളാക്കപ്പെട്ടവർ. ഞാൻ മാത്രം ശേഷിക്കുന്നതുവരെ ഓരോരുത്തരായി നഷ്ടപ്പെട്ടുകൊണ്ടിരുന്നു. വീട്ടിൽ ഒരാണെങ്കിലും ബാക്കി വേണം. അതിനു വേണ്ടി ഞാൻ നാടുവിട്ടു!”

“വീട്ടിൽ അമ്മ..സഹോദരിമാർ..?”

എന്റെ ചോദ്യത്തിന് അവൻ ഉത്തരം നൽകിയതിങ്ങനെയാണ്:

“എല്ലാവർക്കും സുഖമാണെന്നു കള്ളം പറഞ്ഞുകൊണ്ടു നമുക്കു ജീവിക്കാം..ഞാൻ പോകട്ടെ, സർ..”

തിരിഞ്ഞുനോക്കാതെ അവൻ പോയി, ജീവിതം യാത്ര ചെയ്യുന്ന വഴിയിലൂടെ..

•

12
പച്ചമരം

പലതും സ്വന്തം കൈ കൊണ്ടു വച്ചുപിടിപ്പിച്ചത്. അവ തഴച്ചുവളരുന്നു. മാവ്, പ്ലാവ്, കവുങ്ങ്, തെങ്ങ് തുടങ്ങിയ ഫലവൃക്ഷങ്ങളും വെള്ളരി, പടവലം, പാവൽ തുടങ്ങിയ നടുതലകളും പറമ്പിൽ വളർന്നു പന്തലിച്ചു. തന്റെ ചെറുപ്പത്തിൽ കുളത്തിൽ നിന്നു വെള്ളം കോരിയാണു പറമ്പു നനച്ചിരുന്നത്. തുടർന്നു ജലസേചനം പമ്പിങ്ങിലൂടെയായി. അതിന്റെ കടകടാശബ്ദം മാത്രം വീടിനും പറമ്പിലെ ചെടികൾക്കും അല്പം അലോസരമുണ്ടാക്കി. എങ്കിലും, മണ്ണ് ആഴത്തിൽ ഉണങ്ങുമ്പോൾ കൂടുതൽ വെള്ളം വേണ്ടിവരും പറമ്പു നനയാൻ. മാറ്റം കൃഷിക്ക് ഒരാവശ്യമായിരുന്നു.

മഴക്കാലം വന്നുപോയാൽ കുളം വറ്റിത്തുടങ്ങും. മണ്ണിൽ ജലം നിൽക്കുന്നില്ല. കുളം വറ്റിയാൽ കുഴൽക്കിണർ! ഒരു പച്ചിലയും വാടരുത്. പുതിയ ആവശ്യങ്ങൾ താല്ക്കാലികമായി മണ്ണിൽ കുഴൽക്കിണറുകൾ നിർമ്മിച്ചു പരിഹരിച്ചു. മണ്ണു മനുഷ്യനെ ചതിക്കില്ലെന്നാ. ജീവിതം പച്ച കെടാതെ അതു കാത്തുകൊള്ളും. അതിനായി പുതിയ വഴികൾ തേടിപ്പോകണം എന്നു മാത്രം. മനസ്സിനും ആരോഗ്യത്തിനും എല്ലാം പരിസരമാണു കൂട്ടെന്നു തനിക്കു പുറമെയുള്ള ഈ ജീവലോകം കാട്ടിത്തരുന്നു. തന്റെ മുൻതലമുറക്കാർ പകർന്നത് കാത്തു കാത്ത് ഇവിടെവരെയെത്തി. ഈ പരിസരമില്ലെങ്കിൽ മനുഷ്യർ മറ്റെന്തൊക്കെയോ ആകുമായിരുന്നു. സഹവർത്തിത്വമാണല്ലോ ജീവന്റെ രഹസ്യം. അതിന്റെ തുടർച്ചയാണു മനുഷ്യൻ. പകലും രാവും മാറി മാറിവരുന്ന ഋതുക്കളും തന്നെ വാർദ്ധക്യം തീണ്ടും വരെ കാത്തു. മനസ്സിൽ വാർദ്ധക്യം എന്തെന്നു താൻ അറിഞ്ഞതേയില്ല! വീട്ടിൽ നിന്നു പുറത്തിറങ്ങാൻ പരസഹായം വേണമെന്നായി. മനസ്സിനു കൂട്ടു പോകാത്ത ശരീരം ഒരു ഭാരമായി തോന്നുന്നു. ഇതുവരെ താൻ നട്ടു നനച്ചു പച്ചപ്പിട്ട ഒരു ജീവിതമുണ്ട്, പുറത്ത്. ഇനി അവരെ ആരു കാക്കും?

തനിക്കാകുന്നില്ലല്ലോ അവിടേക്കെത്താൻ. മനസ്സു വല്ലാതെ ആകുല പ്പെടുന്നു. ജോലിയുള്ള മക്കൾ. വാഹനത്തിൽ മാത്രം വീട്ടിലേക്കു വന്നു പോകുന്നവർ! പഠിപ്പുണ്ടെങ്കിലും അവർ പലതും മറക്കുന്നു.. മറക്കു വാൻ മറന്നുപോകുന്നതാണു മണ്ണെന്ന സത്യത്തെ! കാർപോർച്ചിനും വീടിനുമിടയിലെ ദൂരത്തിൽ മാത്രം അവർ ഭൂമിയെ തൊട്ടു, അവരറി യാതെ.

പുറത്തു മരം വെട്ടുന്ന ശബ്ദം. വീട്ടിലേക്കുള്ള വഴിയിൽ വാഹ നങ്ങളുടെ തിരക്ക്. തനിക്കു ചുറ്റും ആൾക്കൂട്ടത്തിന്റെ അക്ഷമയോടെ യുള്ള കാത്തുനിൽപ്പ്! അവസാനത്തിന്റെ ആഘോഷം..ഒരു പച്ചമരം ഭൂമിയിലേക്കു പിടഞ്ഞുവീഴുന്ന തേങ്ങൽ. ആരൊക്കെയോ ചേർന്നു തന്റെ കഴുത്തുവെട്ടുന്നതുപോലെ..

•

13
മേഘച്ചാർത്തിലെ ചിത്രങ്ങൾ

"ഫ്രിഡ്ജിൽ സൂക്ഷിച്ചിരിക്കുന്ന ആ ഉണക്കമീൻ എടുത്തുകളയണം." രവി അതു പറയുമ്പോൾ എനിക്കു വിശ്വസിക്കാനായില്ല. ഇഷ്ടമുള്ള ഒന്നിനോട് ഇത്ര വെറുപ്പു രവി പ്രകടിപ്പിക്കുന്നതു ഞങ്ങളുടെ ദാമ്പത്യജീവിതത്തിൽ ആദ്യമായി ഞാൻ കാണുകയാണ്. മീൻകറി ആഹാരത്തിനു നിർബന്ധമാണ്. പച്ചമീനില്ലെങ്കിൽ ഉണങ്ങിയതെങ്കിലും വേണം. അതാണു പതിവ്. വിവാഹത്തിന്റെ ഇരുപത്തിയഞ്ചാം വാർഷികം കടന്നുപോയതു കഴിഞ്ഞ മാസമായിരുന്നു. അതു നന്നായി ആഘോഷിക്കുകയും ചെയ്തു. അതെന്നെ അത്ഭുതപ്പെടുത്തിയിരുന്നു. പൊതുവേ ആഘോഷങ്ങളോടു വിമുഖത കാട്ടുന്ന രവിക്ക് ഇതെന്തു പറ്റിയോ! ഞാൻ ഓർക്കാതെയിരുന്നില്ല. എന്തിനോടും തീവ്രമായ ആഭിമുഖ്യം, തന്റെ രാഷ്ട്രീയവിശ്വാസം, സഹജീവികളോടുള്ള കരുതൽ.. ഇതൊക്കെ മതി എനിക്കു രവി ആരെന്നറിയാൻ.

'എന്തിനാണതു കളയുന്നത്?' ഞാൻ ചോദിച്ചില്ല. രവി പറയുന്നത് അനുസരിക്കുവാനാണ് എനിക്കിഷ്ടം. രവി പറഞ്ഞതുപോലെ ചെയ്തു. ഉണക്കമീൻ പൊതിയോടെ എടുത്തു പുറത്തേക്കിട്ടു. പൂച്ചകൾക്ക് ഇന്നത്തെ ഭക്ഷണമാകട്ടെ! പച്ചമീൻ കിട്ടാത്ത ദിവസങ്ങളിൽ തനിക്കിനിയും പേടിക്കേണ്ട. രവി തന്റെ ശീലം ഉപേക്ഷിച്ചിരിക്കുന്നു. എന്നാലും, അതിൽ അസാധാരണമായ എന്തോ ...ഉള്ളിലെവിടെയോ ഒരു വിങ്ങൽ..

"ഇതെന്താ കയ്ക്കുന്നല്ലോ.."

വീട്ടിൽ ഉച്ചവട്ടങ്ങൾ ഒരുക്കുമ്പോൾ അവധിദിവസങ്ങളിൽ രവിയും കൂടും. അന്നു ഞങ്ങൾ ഒരുമിച്ചായിരിക്കും പാചകം. ഞങ്ങൾ എന്നാൽ രവിയും ഞാനും. ഒരു മകനുള്ളതു വിദേശത്തു പഠിക്കുന്നു. ആകുന്നത്ര പറഞ്ഞിട്ടും അവൻ പോയി. പോകുന്നതുവരെ അവന് അച്ഛനോ അമ്മയോ കൂട്ടുവേണമായിരുന്നു, ഉറങ്ങുന്നതിനു പോലും!ചില കാര്യ

ങ്ങളിൽ മക്കൾ എപ്പോഴും കുട്ടികൾതന്നെ. ശീലങ്ങൾക്കു പ്രായമില്ലല്ലോ. ഒരു കുട്ടിയല്ലേ ഉള്ളു? നിർബന്ധം മകന് ഇത്തിരി കൂടുതലായിരുന്നു. സ്നേഹത്തിന്റെ മുന്നിൽ തോറ്റുകൊടുക്കുക- അതായിരുന്നു ഞങ്ങളുടെ ഇഷ്ടം. അച്ഛനമ്മമാർ തോറ്റാലും മക്കൾ ജയിക്കണം. ഉപരിപഠനത്തിനായി കൂട്ടുകാർ പോയപ്പോൾ അവനും പോകണമെന്നു വാശി പിടിച്ചു. വിദേശത്താകുമ്പോൾ പഠനം, ജോലി എല്ലാം ഒരുപോലെ കൊണ്ടുപോകാൻ കഴിയുമത്രേ; ജീവിതവും. മകൻ വളരട്ടെ..

"ഇതിനു കയ്പ്പെന്നോ! രവിക്കിതെന്തു പറ്റിയോ!"

എല്ലാക്കറികളും നന്നായിട്ടുണ്ട്. കയ്പ്പെന്നൊക്കെ രവിക്കു തോന്നുകയാണ്. ഒന്നിനും കുറ്റം പറയുന്ന ആളല്ലല്ലോ! 'കുറ്റവും കുറവുമൊക്കെ നോക്കാൻ നമുക്കെവിടെ നേരം?' രവി ഇങ്ങനെയേ പറയാറുള്ളു. ജീവിതമാണു വലുത്. ജീവിക്കുന്നത് അതിലും വലിയ കാര്യം. ജീവിക്കുക, ഇഷ്ടത്തോടെ. അതാണു രവി. അങ്ങനെ പറയുന്ന ഒരാൾ പൊടുന്നനേ...

"പനിക്കുന്നുണ്ടോ?"

ഞാൻ രവിയുടെ നെറ്റിയിൽ കൈ തൊട്ടുനോക്കി.

"പനിയോ? ആർക്ക്?"

രവി ചിരിച്ചുകൊണ്ട് ഒഴിഞ്ഞുമാറി.

"രവി ഇന്നത്തെക്കാര്യം മറന്നല്ലോ!"എന്നെക്കേട്ടു രവി സംശയത്തോടെ നോക്കി, മറന്നതെന്തെന്നറിയാൻ. സാധാരണ അവധിദിവസങ്ങളിൽ അയൽവീട്ടിലെ കിടപ്പുരോഗിയായ അമ്മയെ കാണാൻ പോകുന്നതാണ്. പ്രായാധിക്യം. ഒറ്റപ്പെട്ട ജീവിതവും. മക്കളെല്ലാം വിദേശത്തു നല്ല നിലയിൽ. അച്ഛൻ മരിച്ചതിനു ശേഷം അവർ അമ്മയെ വിളിക്കാറുണ്ട്, കൂടെച്ചെല്ലാൻ. അമ്മ ഒരിടത്തും പോകാതെ സ്വന്തം വീട്ടിൽത്തന്നെ ജീവിച്ചു. അതായിരുന്നു അവരുടെ ഇഷ്ടം.

"മനസ്സും ഓർമ്മകളും ഒരുമിച്ചുചേരുന്നിടത്തു ജീവിക്കണം. എങ്കിലേ അതു ജീവിതമാകൂ." എന്താണു ജീവിതം, എന്തല്ല ജീവിതം എന്ന് ആ അമ്മ പറയും!

വലിയ വീട്. ചുറ്റുമതിൽ. അടഞ്ഞുകിടക്കുന്ന ഗേറ്റ്. വീടിനു കാവലായി ഒരു നായ. അമ്മയ്ക്കു കൂട്ടിരിക്കാൻ ഒരു ജോലിക്കാരി. അമ്മയുടെ പരിചരണം മുഴുവനും അവർ നിർവ്വഹിക്കണം. ആഹാരം, മരുന്ന്, വസ്ത്രംകഴുകൽ എന്നിങ്ങനെ.. എന്നും അമ്മയുടെ മുറി തുടച്ചുവൃത്തിയാക്കണം. അമ്മ കാണുന്നില്ലെങ്കിലും ടെലിവിഷൻ വച്ചുകൊടുക്കണം. അമ്മ വെറുതെ ശബ്ദം കേട്ടുകൊള്ളട്ടെ! ഇത്രയും കൊണ്ട് അവരുടെ ജോലി തീരുന്നില്ല.

"അറ്റോണിന്റെ കാര്യം പ്രത്യേകം നോക്കണേ..പത്തു ലക്ഷ

മാണ് അവന്റെ വില. ശക്തിയിലും ബുദ്ധിയിലും മുന്തിയ ഇനം. അവൻ കുരയ്ക്കുകയല്ല, സിംഹഗർജ്ജനമാണത്!"

വിദേശത്തു നിന്നു മക്കൾ വിളിക്കുമ്പോൾ നായയെക്കുറിച്ചുള്ള വായ്ത്താരികൾ നീണ്ടുനീണ്ടുപോകും! എല്ലാം ക്ഷമയോടെ മൂളിക്കേൾക്കണം. ഇന്നലെ പറഞ്ഞതുതന്നെയായിരിക്കും ഇന്നും പറയുന്നത്!

"ഓ..ഞാൻ മറന്നു. അമ്മയെ കാണാൻ വൈകി."

"വരൂ.."

രവി പുറത്തേക്കിറങ്ങി. ഞങ്ങൾ ഒരുമിച്ചാണു പോകാറുള്ളത്. അവിടെച്ചെന്നാൽ അമ്മയുടെ അടുത്തിരുന്നു സംസാരിക്കണം. അമ്മ പറയുന്നതു കേൾക്കണം. അപ്പോൾ അമ്മയുടെ മിഴികളിൽ നിലാവുദിക്കുന്നതു കാണാം.

"അല്ലാ, രവീ, നീ ഇതെങ്ങോട്ടാ? അമ്മയുടെ വീട്ടിലേക്കുള്ള വഴിയും മറന്നോ?"ഞാൻ രവിയുടെ കയ്യിൽ ബലമായി പിടിച്ചു.

"വരൂ നമുക്കു തിരിച്ചു വീട്ടിലേക്കു പോകാം."

എനിക്കാണു വഴി തെറ്റിയതെന്ന ഭാവത്തിൽ രവി എന്നെ സംശയത്തോടെ നോക്കി. ചെറുപ്പത്തിൽത്തന്നെ മാതാപിതാക്കളെ നഷ്ടമായ രവിക്ക് ബന്ധങ്ങൾ ഒത്തിരി വലുതായിരുന്നു. നഷ്ടപ്പെടുമ്പോൾ തിരിച്ചറിയുന്നതാണു സ്നേഹം എന്നു രവി മനസ്സിലാക്കി. അമ്മ എന്നാൽ അവനു സ്നേഹമായിരുന്നു.

"ഓ..തനിക്കാണു തെറ്റിയത്..!"

രവിയുടെ ആത്മഗതം അവന്റെ മുഖത്തുനിന്നു വായിച്ചെടുത്തു.

"അമ്മയെ കണ്ടിട്ടു മടങ്ങാം."

രവി ധൃതി കൂട്ടി.

"പേടിക്കേണ്ട. എനിക്കൊന്നുമില്ല."

മുന്നോട്ടുള്ള വഴിയിലെ ഇലയിൽ തൊട്ടു രവി ഉത്സാഹം കാട്ടി.

അമ്മയെ കണ്ടിട്ടു പെട്ടെന്നു വീട്ടിലേക്കു തിരിച്ചുപോരുമ്പോൾ അമ്മയും വിലക്കിയില്ല.

"ആര് എപ്പോഴാണു കിടപ്പിലാകുന്നത് എന്നാർക്കറിയാം? വീഴുന്നവരെ വീഴാത്തവർ നോക്കണം. അതാണു പ്രകൃതിനിയമം. അങ്ങനെ നോക്കുന്നവരാണു മക്കൾ. അവരാണു ബന്ധുക്കൾ. അവരാണു മനുഷ്യർ. അപ്പോഴാണു നമ്മൾ ജീവിക്കുന്നത്.."

രവിയുടെ മനസ്സ് അവന്റെ ജീവിതംതന്നെയായിരുന്നു.

"നല്ല മനുഷ്യരാകാതിരിക്കാൻ ഇവിടെ ഒരു കാരണവും കാണുന്നില്ല, ശരിയല്ലേ?"

രവി എന്നിൽത്തന്നെ ദൃഷ്ടിയുറപ്പിച്ചു.

വെറുതെ തർക്കിക്കാനായി ഞാൻ പറഞ്ഞു:

"സാഹചര്യത്തിന്റെ സൃഷ്ടിയാണു മനുഷ്യൻ."
അപ്പോൾ പെട്ടെന്നായിരുന്നു അവന്റെ മറുപടി:

"മനുഷ്യൻ സാഹചര്യത്തിന്റെ സൃഷ്ടിയാണ്. അതു മാറ്റിയെടുക്കേണ്ടതും മനുഷ്യൻതന്നെ. അതാണു മനുഷ്യൻ!"
രവി പറഞ്ഞതാണു ശരി. ചിരി മായാത്ത മുഖത്തോടെ ഞങ്ങൾ പരസ്പരം നോക്കി.

"ഇന്നത്തെ വെയിലിനും കാറ്റിനും ഒക്കെ വേറൊരു മണമാണ്."
രവി വീണ്ടും അവന്റെ പതിവുകൾ തെറ്റിക്കുന്നു. എവിടെയോ പിടി വിട്ടു പോകുകയാണ്. മകനെ വിളിച്ചാലോ... ഏയ് അതു വേണ്ട. അവനവൻതന്നെ ചെയ്യേണ്ട ചില കാര്യങ്ങൾ ഉണ്ട്. ആ അമ്മ പറയാറുള്ളതു ഞാൻ ഓർത്തു. ജനനവും മരണവും... ഇതിനിടയിലെ സമയത്തോടൊപ്പമുള്ള യാത്ര. അതാണു ജീവിതം. ഒരു ദിവസം സമയം പറയും, 'മതി കൂടെ വന്നത്.' അതിനെ മരണം എന്നു വിളിക്കാം. അതുവരെയുള്ള യാത്രയിൽ സമയം മാത്രമാണു കൂട്ട്. രവീ..നീയാണ് എന്റെ സമയം. നമ്മൾ ഒരുമിച്ചു യാത്ര തുടരുകയാണ്.

"നോക്കു മോളേ.."
രവി മുകളിലേക്കു ദൃഷ്ടി പായിച്ചു.

"ആകാശത്തിലെ ചിതറിക്കിടക്കുന്ന മേഘങ്ങളെ കാണുന്നില്ലേ? പാതി നെഞ്ചിലെ വാരിയെല്ലുകൾ പോലെ.."
അവൻ പറഞ്ഞപ്പോൾ എനിക്കും തോന്നി ശരിയാണ്. ആകാശം കാണുമ്പോഴൊക്കെ മേഘങ്ങളെ ഏതെങ്കിലും ചിത്രമായേ രവി കാണൂ.

തിരിച്ചു വീട്ടിലെത്തിയപ്പോൾ രവി പറഞ്ഞു:

"പുറത്തെ കുന്നിൽചരിവിലേക്കു നമുക്കു പോകാം. എനിക്ക് ആകാശം കണ്ടിട്ടു മതിയാകുന്നില്ല!"
പച്ചമരങ്ങൾ തണൽ വിരിച്ച വഴിയിലൂടെ ഞങ്ങൾ നടന്നു. കുന്നിൽചരിവിൽ തല ചായ്ച്ചു കിടക്കുമ്പോൾ രവിയുടെ ചുണ്ടുകൾ മന്ത്രിച്ചു:

" നമ്മൾ ആകാശത്തോളം വളരുകയാണ്..!"

"രവീ..കണ്ണു തുറക്ക്..മതി, സ്വപ്നം കണ്ടത്.
തന്റെ കണ്ണുകൾ നിറയുന്നത് എന്തിനെന്നറിയാതെ ഞാൻ അവനെ വീണ്ടും വിളിച്ചു..

•

14
തെറ്റിപ്പോയ ചില ശരികൾ

"ഹോ! മരുന്നു മാറിപ്പോയല്ലോ"
രാത്രി ഒരുറക്കം കഴിഞ്ഞപ്പോളാണു രോഗിക്കു കൊടുത്ത മരുന്നു മാറിപ്പോയെന്നു ഞാൻ അറിയുന്നത്. ഇതുവരെ പഠിച്ചതെല്ലാം വെറുതെയാകുന്നു. മാത്രമല്ല ചിലപ്പോൾ തന്റ പേരിൽ കേസും വരും. ആളിനു ജീവഹാനി സംഭവിച്ചാൽ നരഹത്യയ്ക്കായിരിക്കും ശിക്ഷ. എന്നാലും, അതെങ്ങനെ സംഭവിച്ചുവെന്ന് ഇപ്പോഴും മനസ്സിലാകുന്നില്ല.

ജനിച്ചുവളർന്ന നാട്ടിൽത്തന്നെ ഡോക്ടറായിവന്നു തന്റെ നാട്ടിലെ ജനങ്ങളെ ചികിത്സിക്കണം എന്നതു ചെറുപ്പം മുതലേയുള്ള ആഗ്രഹമായിരുന്നു. അതിനായി എൻട്രൻസ് എഴുതി. കിട്ടിയത് ആയുർവേദം. ആദ്യം അതു വേണ്ടെന്നു വച്ചു. ആഗ്രഹം അതായിരുന്നില്ലല്ലോ. എങ്കിലും വേണ്ടെന്നു വയ്ക്കുന്നതു ബുദ്ധിയല്ല എന്നു പിന്നീടു തോന്നി. അതിനോടു പൊരുത്തപ്പെടാൻ വേണ്ടി ഞാൻ എന്നെത്തന്നെ ചികിത്സിച്ചു. 'അതിപുരാതനമായ ചികിത്സാവിധി. വേദസംഹിതകളിൽ നിന്നു പകർന്നുകിട്ടിയത്. ലോകത്തിന്റെ മുന്നിൽ സ്വന്തം നാടിന്റെ പേരാണത്. തലമുറകളുടെ അഭിമാനം. ആയുസ്സിന്റെയും ആരോഗ്യത്തിന്റെയും പൂർണ്ണത...' സ്വയം ചികിത്സയിൽ ഞാൻ വിജയിച്ചു. ഞാൻ പഠിപ്പു കഴിഞ്ഞു വരുന്നതു കാണാൻ കാത്തിരിക്കുകയായിരുന്നു എന്റെ പ്രിയപ്പെട്ട നാട്ടുകാർ . വലിയ സ്വീകരണത്തോടെയാണ് അവർ എന്നെ വരവേറ്റത്. ആ നാട്ടിലെ ആദ്യത്തെ ഡോക്ടറാണു ഞാൻ! സർക്കാരിന്റേതന്നെ ആയുർവേദഡിസ്പെൻസറി നാട്ടിലുള്ളതുകൊണ്ടു കാര്യങ്ങൾ എളുപ്പമായി.

മുഴുവൻ കാലവും ചികിത്സയും മരുന്നുമായി ജീവിക്കുന്ന ആ അമ്മച്ചിയും 'കൊച്ചുമോനേ' എന്നു വിളിച്ചാണ് അന്നു കയറിവന്നത്. നാട്ടിൽ എല്ലാവരും എന്നെ സ്നേഹത്തോടെ വിളിക്കുന്നത് അങ്ങനെ

യാണ്. ഡോക്ടറായെങ്കിലും സ്നേഹത്തിന്റെ ആ വിളിപ്പേരിനു മാറ്റം വന്നില്ല. അങ്ങനെ ഒരു വിളി കേൾക്കാനാണു ഞാനും ഇഷ്ടപ്പെട്ടത്.

"എത്രപേരെക്കാണിച്ചെന്നറിയില്ല. എണ്ണിയാൽ ആ പേരുകൾ തീരില്ല മോനേ..അതുപോലെ വലഞ്ഞു. മരുന്നുകഴിച്ചു മടുത്തു. മരിക്കുംമുമ്പ് എനിക്കൊന്നു സുഖമായി യാത്ര പോകണം."
എവിടേക്കെന്നു ചോദിച്ചില്ല. പ്രായം ചെന്നവർക്കു മരണവും യാത്ര പോകലാണല്ലോ.

"ഇനി കൊച്ചുമോനല്ലാതെ വേറെ ആരുമെന്നെ ചികിത്സിക്കണ്ട." അമ്മച്ചി തീരുമാനിച്ചു.

പെറ്റനാടിന്റെ പ്രതീക്ഷയാണ്. വളരെ കരുതലോടെയാണു ചികിത്സ തുടർന്നുകൊണ്ടിരുന്നത്. ആഴ്ചകളും മാസങ്ങളും കഴിഞ്ഞു. മറ്റു പല അസുഖങ്ങളും വന്നുപോയെങ്കിലും ഇപ്പോഴും തുടക്കക്കാരൻ -ആ കാലിന്റെ ബലക്ഷയം- മാത്രം വിട്ടുപോകുന്നില്ല! മാറാരോഗങ്ങൾ മാറ്റുവാനുള്ള ചികിത്സാവിധികളാണു ഞാൻ പഠിച്ചതൊക്കെ. എന്നിട്ടും മനസ്സു പിടിതരാതെ ചിലപ്പോൾ അതിന്റെ ഉടമയെ മറന്നുപോകുന്നു! അങ്ങനെയാണ് ആ കൈയബദ്ധം പറ്റിയത്. ഞാൻ കൊടുത്ത ആ മരുന്ന് അവർ കഴിച്ചിട്ടുണ്ടാവും. പ്രായം ചെന്ന അമ്മയാണ്. എന്തും സംഭവിക്കാം. നാളെ നേരം പുലരുന്നത്..

ഭയം എന്നെയുംകൊണ്ടു കാടുകയറി. മനുഷ്യൻ സ്വന്തം മനസ്സിന്റെ ഇരയാണ്, എന്നും. മണ്ണിൽ നടക്കുന്നതിലേറെ യുദ്ധങ്ങൾ മനസ്സിൽ നടക്കുന്നു.

എങ്ങനെയൊക്കെയോ നേരം പുലർന്നു. പതിവിലും നേരത്തേ ഞാൻ ഡിസ്പെൻസറിയിലേക്കു തിരിച്ചു. വന്ന വഴിയെല്ലാം ഞാൻ കാതോർത്തു. പ്രഭാതത്തിലെ വാർത്തകൾക്ക് എപ്പോഴും നടുക്കം കൂടുതലാകാം. എല്ലാവരും എന്നെ നോക്കുന്നുണ്ട്. അതോ എന്റെ തോന്നലോ? അതാ, എനിക്കു മുമ്പിൽ ആ അമ്മ കാത്തുനിൽക്കുന്നു!

"മോനേ..നല്ല കുറവുണ്ട്.. ആ മുരുന്നു കുറച്ചുകൂടി വേണം!" അന്ന് ആ അമ്മ ആദ്യമായി ചിരിക്കുന്നതു ഞാൻ കണ്ടു!

•

15
പോര്

പോർക്കളത്തിലേക്കുള്ള വഴികളെല്ലാം തോരണങ്ങൾ കൊണ്ട് അലങ്കരിച്ചിരുന്നു, അങ്കക്കോഴികൾ പല്ലക്കിലേറി എഴുന്നള്ളുകയാണ്. മാറിയ കാലത്തിന്റെ പുത്തൻ രീതികൾ. മത്സരത്തിനു പൊലിമയും പെരുമയും വേണം. വീരന്മാർക്കുള്ള എല്ലാം പരിവേഷങ്ങളും നൽകിയാണ് അങ്കത്തട്ടിലേക്ക് ആനയിക്കുന്നത്.

പല്ലക്കിനു മുമ്പേ വിളംബരജാഥകൾ കടന്നുപോയി. പിന്നാലെ കൊട്ടും കുരവയും. വേഷം കെട്ടി തുള്ളിനടക്കാൻ ചില നാട്ടുക്കൂട്ടങ്ങൾ. നിരനിരയായി മുത്തുക്കുട ചൂടിയ അകമ്പടിക്കാർ. എന്നിട്ടും സംഘാടകർക്ക് ഒരുക്കങ്ങൾ പോരെന്നു തോന്നി. അതാണു മത്സരം.

പേരു കേട്ട കോഴിപ്പോരാണു നടക്കാൻ പോകുന്നത്. നാടിന്റെ എല്ലാ പോരാട്ടവീര്യങ്ങളും അങ്കക്കോഴികളിലൂടെ അവർ പുറത്തെടുക്കുന്നു. മത്സരത്തിന്റെ ലഹരിയിൽ നാട് അത്രയേറെ മുങ്ങിപ്പോയി. ഇത്തവണ മത്സരവേദിയിലേക്കു കടന്നുവരുന്ന അങ്കക്കോഴികൾക്കും ചില പ്രത്യേകതകളുണ്ട്. അവ ഒരേ പ്രായക്കാർ. ഒരേ വീട്ടിൽ ജനിച്ചവർ. ഒരേ തള്ളക്കോഴിയുടെ ചിറകിനടിയിലെ ചൂടേറ്റു വളർന്നവർ. അതൊന്നും ഇപ്പോൾ അവ അറിയുന്നുണ്ടാവില്ല.അറിഞ്ഞാലും അടർക്കളത്തിൽ സാഹോദര്യത്തിന് എന്തു സ്ഥാനം? അങ്കത്തട്ടിൽ രാജകീയപ്രൗഢിയോടെ പോരുകോഴികൾ എത്തിക്കഴിഞ്ഞു..

പോരുകോഴികളുടെ പക്ഷം പിടിച്ചു നാടു രണ്ടായിപ്പിളർന്നു! എല്ലാവർക്കും തങ്ങളുടെ പക്ഷം ജയിക്കണം. കളത്തിനു പുറത്ത് എന്തിനും തയ്യാറായി അവർ നിലയുറപ്പിച്ചു.

ആകാശത്തെ ഇളക്കിമറിച്ചു പോരു തുടങ്ങിക്കഴിഞ്ഞു.. പൂവന്മാർ അങ്കവാലിളക്കി, തീ പാറുന്ന കണ്ണുകളോടെ പരസ്പരം നോക്കി. മെയ്‌വഴക്കത്തോടെ, കാലുകൾ തറയിലൂന്നി, ചിറകു വിരിച്ച് അവ

ആകാശത്തേക്കു ചാടിമറിഞ്ഞു. അങ്കത്തട്ടിനു പുറത്ത് ഒരേ വീട്ടിൽ നിന്നു വന്നവർ പോലും തമ്മിൽ പോർവിളിക്കുന്നു! ആക്രോശങ്ങളുടെ പെരുമഴ. ആർപ്പുവിളികൾ, അട്ടഹാസങ്ങൾ. നാടു വലിയൊരു യുദ്ധത്തോളം വളർന്നുകഴിഞ്ഞു. യുദ്ധം ഒരു ഭാഷയാണ്. മനുഷ്യനു മനുഷ്യനല്ലാതാവാൻ ഒരു ഭാഷ വേണം. അതാണു യുദ്ധം.

അങ്കത്തട്ടിൽ പോരാട്ടവീരന്മാർ എതിരാളിയുടെ ജീവനെടുക്കാൻ കാലിലെ കൂർത്ത നഖങ്ങളുയർത്തി മുന്നോട്ടു കുതിച്ചു. ഇതുവരെ ഒരു പോരിലും തോൽക്കാത്തവരാണ് ഇരുവരും. ആക്രമണത്തിലും പ്രതിരോധത്തിലും രണ്ടു പോരുകോഴികളും ബഹുസമർത്ഥർ. ഒരാൾ ചത്തുവീഴുമ്പോൾ മറ്റേ ആൾ ജയിക്കുന്നു! ചിലപ്പോൾ ആരും ജയിക്കാതെ ചോരചിന്തി ഇരുകോഴികളും കണ്ണടയ്ക്കും.

മത്സരം നീണ്ടുപോകുന്നു. അന്തിക്കു തുടങ്ങിയ പോര് ഇനിയും അവസാനിച്ചിട്ടില്ല. അക്ഷമരായി പുറത്തു നിൽക്കുന്നവരുടെ ഓരോ അണുവിലും ശ്വാസത്തിലും യുദ്ധമാണ്.

വിജയിക്കാനുള്ള തന്ത്രങ്ങൾ പെട്ടെന്നാണു മാറിമറിഞ്ഞത്. പോരുകോഴികളുടെ കാലിൽ വച്ചുകെട്ടിയ കത്തികൾ നിവർന്നുതുടങ്ങുന്ന സമയം. അവിടെയും അവർ തുല്യരായിരുന്നു. ഇരുവരുടെയും കാലുകളിൽ ഒരുപോലെ കത്തി നിവർന്നു. ആരാദ്യം? വീണ്ടും അവർ മുഖാമുഖം നോക്കി. തള്ളക്കോഴിയുടെ ചിറകിനടിയിലെ ചൂട്! ഓർമ്മകളുടെ ആകാശത്തു കൂടി അവർ പറന്നുതുടങ്ങി..

•

16

അച്ഛമ്മ

വളർത്തുപൂച്ചയെ വീട്ടിൽ നിന്നോടിച്ചുവിട്ടത്, അത് അടുക്കളയിൽ കയറി കട്ടുതിന്നുന്നു എന്നുള്ളതുകൊണ്ടാണ്. പാലും കറികളും മറ്റ് ആഹാരസാധനങ്ങളും ആരും കാണാതെ രുചിച്ചുനോക്കാനുള്ള അവസരം പൂച്ച കളയാറില്ല. അതിനിടയിൽ ചിലതൊക്കെ മറിച്ചിടുകയും ചെയ്യും. പൂച്ചയോടൊപ്പം അച്ഛമ്മയും വീട്ടുകാരുടെ ശകാരം കേൾക്കേണ്ടിവന്നിരുന്നു.

"അമ്മ ഒറ്റയൊരുത്തിയാണു ഞങ്ങളെ പൂച്ചപ്പാതി തീറ്റിക്കുന്നത്."

മകൻ അമ്മയെ വഴക്കു പറയുമ്പോൾ മരുമകളും കൂടെച്ചേരും.

"മതി..നിങ്ങളാരും വിഷമിക്കണ്ട. അതിനെ എവിടെങ്കിലും കൊണ്ടുപോയിക്കളയ്.."

മനസ്സില്ലാമനസ്സോടെ അച്ഛമ്മ സമ്മതം മൂളി.

പൂച്ചയില്ലാതെ അന്നാദ്യമായി ആ വീട്ടിൽ നേരം പുലർന്നു.

"കുഞ്ഞേ.. "

പൂച്ച വലുതായിട്ടും അച്ഛമ്മ അതിന്റെ പേരു മാറ്റിയില്ല. പൂച്ചയെ തപ്പി അച്ഛമ്മ ഓരോ മുറിയിലും കയറിയിറങ്ങി. വീടാകെ അരിച്ചുപെറുക്കി എന്നു പറയാം.

"കുഞ്ഞേ.. "

അച്ഛമ്മ നീട്ടിവിളിച്ചു. അതു കേട്ടു മക്കൾ ചിരിച്ചു. കൊച്ചുമക്കൾ അവരുടെ അച്ഛനമ്മമാരെ ഭയന്ന് അച്ഛമ്മയോടൊപ്പം പൂച്ചയെ തേടാനിറങ്ങിയില്ല. അവർ അപ്പോഴും പഠനത്തിരക്കിലായിരുന്നു.

കുട്ടിക്കാലം മുതൽക്കേ കാണുന്നതാണ്. അച്ഛമ്മയോടൊപ്പം എന്നും ഒരു പൂച്ചയുണ്ടായിരിക്കും. എവിടെനിന്നെങ്കിലും വന്നു കയറുന്നതാകാം. വീട്ടിലെ ഒരംഗത്തെപ്പോലെതന്നെ അച്ഛമ്മ അതിനെ

നോക്കും. ഇഷ്ടമുള്ള ഭക്ഷണം നൽകി അതിനെ വളർത്തും. ചിലപ്പോൾ വിറകുപുരയുടെ മൂലയിൽ പൂച്ച പെറ്റുകിടക്കും. പിന്നെ, വീടു മുഴുവനും പൂച്ചക്കുട്ടികളുടെ കരച്ചിൽ നിറയും. 'കുഞ്ഞുങ്ങളേ' എന്ന് അരുമയോടെ വിളിച്ച് അച്ഛമ്മ അവരെ പരിചരിക്കും. കുഞ്ഞുങ്ങളുടെ മഷിയെഴുതിയതുപോലെയുള്ള കണ്ണുകളിൽ നോക്കി, 'പ്രകൃതി എത്ര സുന്ദരമാണ്' എന്ന് അച്ഛമ്മ മന്ത്രിക്കും. അന്നൊന്നും ആ സ്നേഹത്തിനു വിലക്കുകളില്ലായിരുന്നു. മക്കളെയും സഹജീവികളെയും ഒരുപോലെ സ്നേഹിക്കുന്നതാണു ജീവിതമെന്ന് അച്ഛമ്മ എപ്പോഴും പറയുമായിരുന്നു.

പൂച്ചയെ കാണാതായ ദിവസം മുതൽ അച്ഛമ്മ ആളാകെ മാറി. വിശപ്പില്ല. ആഹാരം കഴിച്ചെങ്കിലായി. ദിനചര്യകളുടെയെല്ലാം സമയം തെറ്റി. ദിവസങ്ങളുടെ പേരുതന്നെ മറന്നു. നോക്കുന്നിടത്തേക്കുതന്നെ ദൃഷ്ടി മാറ്റാതെ നോക്കിയിരിക്കും. അടുക്കളയിൽ കയറാറില്ലെങ്കിലും പാത്രം കൂട്ടിമുട്ടുന്ന ശബ്ദം കേട്ടാൽ അച്ഛമ്മ ഓടിവരും.

"കുഞ്ഞേ.."

സങ്കടപ്പെട്ടു നീട്ടി വിളിക്കും. പാത്രങ്ങൾ തുറന്നുനോക്കും, അച്ഛമ്മയുടെ കുഞ്ഞു വന്നുപോയോ എന്നറിയാൻ.

"പൂച്ച ഇപ്പോഴും എങ്ങും പോയിട്ടില്ല. കണ്ടില്ലേ പാത്രം തുറന്നിട്ടിരിക്കുന്നത്"

അച്ഛനും അമ്മയും അർത്ഥം വച്ചു സംസാരിക്കുന്നതു കുട്ടികൾ കേട്ടു.

"പാവം അച്ഛമ്മ"

അച്ഛനമ്മമാർ കേൾക്കാതെ അവർ പരസ്പരം പറഞ്ഞു.

"നേരം പുലർന്നോ മക്കളേ..?"

രാത്രിയോ പകലോ എന്നറിയാതെ അച്ഛമ്മ ചോദിച്ചുകൊണ്ടേയിരുന്നു..

•

17
ഇരുട്ടിലേക്കുള്ള വഴി

ചുവരുകളിലൂടെ ഉറുമ്പുകളുടെ ഘോഷയാത്ര. വരി തെറ്റാതെയാണു വരവ്. തുടക്കവും ഒടുക്കവും എവിടെയാകാം? ഞാൻ ഉറുമ്പുകളുടെ ആഘോഷത്തിന്റെ വഴിയിലെ ഒരു കാഴ്ചക്കാരൻ മാത്രം.

"പുതിയ വീടാണിത്. എവിടെ നോക്കിയാലും ഉറുമ്പുകൾ . ഇന്നുതന്നെ ഉറുമ്പുപൊടി തൂകണം."

മകന്റെ വാക്കുകളിൽ അസ്വസ്ഥത. ജോലിത്തിരക്കായതിനാൽ അവൻ രാവിലെ ഇറങ്ങും. തിരിച്ചു വീടെത്താൻ വൈകും. വീട്ടുകാര്യങ്ങളൊക്കെ താനാണു നിർവ്വഹിക്കേണ്ടത്. ഇതുവരെ താൻതന്നെയാണ് എല്ലാം ചെയ്തിരുന്നത്. അച്ഛനും അമ്മയും സഹോദരങ്ങളുമുള്ള വീട്ടിൽ നിന്നാണു താൻ ഇവിടെയെത്തിയത്. ഒരു വീട്ടിൽത്തന്നെ പല കുടുംബങ്ങളായപ്പോൾ സഹോദരങ്ങൾ വീടു മാറി. അതുപോലെ താനും. കൂടുംബം ഭാഗം വച്ചപ്പോൾ കിട്ടിയ വീതത്തിൽ ഒരു ചെറിയ പുര തട്ടിക്കൂട്ടി. ഓല മേഞ്ഞ പുര. അതിന്റെ മൺഭിത്തിയിൽ ചാണകം മെഴുകി വൃത്തിയാക്കും. വർഷത്തിൽ ഒന്നോ രണ്ടോ തവണയാണു ചാണകംമെഴുകൽ. മഴക്കാലം വരുംമുമ്പേ പുര മേയണം. അന്നൊക്കെ അത് ഒരാഘോഷമായിരുന്നു. സുഹൃത്തുക്കളും അയൽക്കാരും സഹായത്തിനുണ്ടാവും. കൂലിയില്ല. ഒരുമിച്ചിരുന്നു ഭക്ഷണം കഴിക്കും. അന്നു വീട്ടുകാരത്തി എന്തെങ്കിലുമൊക്കെ സവിശേഷവിഭവങ്ങളൊരുക്കി അടുക്കളയിലും ഉത്സവം സൃഷ്ടിക്കും. അന്നത്തെ ആഹാരത്തിനു സ്വാദ് അല്പം കൂടുതലായിരിക്കും. ഒരുമിച്ചിരുന്നു കഴിക്കുന്നതുകൊണ്ടാവാം രുചി അല്പം കൂടുതൽ തോന്നിയിരുന്നത്. വഴിയേ പോകുന്നവരും 'വീട്ടുകാരേ' എന്നു വിളിച്ചാണു കടന്നുപോയിരുന്നത്. ചിലർ വീട്ടിലേക്കു കയറിവന്നിരുന്നു വർത്തമാനങ്ങൾ പങ്കുവയ്ക്കും. ഒരുമിച്ചു കൂടുന്നതാണല്ലോ നാട്. അന്നു സ്നേഹത്തിന്റെ ഭാഷയേ ജീവിത

ത്തിനറിയുമായിരുന്നുള്ളു!

മകൻ പഠിച്ച് ഉദ്യോഗസ്ഥനായപ്പോൾ സ്വന്തം വീടിന്റ കുറവുകളെക്കുറിച്ച് അവൻ പറഞ്ഞുതുടങ്ങി. പിന്നെ, ഒന്നും ആലോചിച്ചില്ല. ഉള്ളതെല്ലാം മകന്റെ പേരിലേക്കാക്കി രജിസ്റ്റർ ചെയ്തു. പുരപണി തുടങ്ങി. പ്ലാൻ വരപ്പിച്ചതും ചെലവുതുക കണക്കാക്കിച്ചതുമൊക്കെ വലിയ എൻജിനീയറെക്കൊണ്ടായിരുന്നു. വീടാണ്. കണക്കു തെറ്റാൻ പാടില്ലല്ലോ. പറമ്പിലുണ്ടായിരുന്ന പച്ചമരങ്ങളെല്ലാം വെട്ടി പറമ്പു തെളിച്ചെടുത്തു. മരങ്ങളുടെ വേരു കയറിയാൽ വീടിന്റെ അടിത്തറ ഇളകും പോലും. പഠിപ്പുള്ളവരുടെ ദീർഘവീക്ഷണത്തെ മാനിക്കണമല്ലോ. അങ്ങനെ പറമ്പു വെളുത്തു. മക്കളുടെ കാലത്ത് അവരുടെ വഴി. അരുത് എന്നു പറഞ്ഞു വഴി മുടക്കണ്ട.

“അപ്പൻ വിചാരിച്ചാൽ നടക്കുമോ, ഇത്രയും വലിയൊരു വീട്?”
മകൻ വലുതാകട്ടെ. എല്ലാ മക്കളും വലുതാകട്ടെ. മക്കൾ വളരുമ്പോൾ നാടും വളരും. അതാണു മുന്നോട്ടുള്ള വഴി.

പുരപണി തീർന്നപ്പോൾ കടത്തിനു മീതേ കടമായി. ബാങ്കിലെ ലോൺ മാസാമാസം മകന്റെ ശമ്പളത്തിൽ നിന്നു പിടിക്കും. അതു കൂടാതെ പുറമെ കൊള്ളപ്പലിശയ്ക്കു വാങ്ങിയതുമുണ്ട്. അതിന്റെ പലിശതന്നെ മാസം നല്ലൊരു തുക വരും! തിരിച്ചടവു രണ്ടോ മൂന്നോ തവണ മുടങ്ങിയാൽ അവർ വീട്ടിൽ വന്നു സത്യഗ്രഹമിരിക്കും. പണവും കൊണ്ടേ അവർ തിരികെപ്പോകൂ. ചിലപ്പോൾ വഴിയിൽ വച്ചു മകനും പലിശക്കാരും തമ്മിൽ ‘കശപിശ’യുണ്ടായി എന്നു കേൾക്കാം. അതു കേൾക്കുമ്പോൾ മനസ്സു വല്ലാതെ വേദനിക്കും. നല്ലൊരു ജോലിയുണ്ടായിട്ടും ജീവിതം കടത്തിലാണ്!

താൻ പറഞ്ഞാൽ മകൻ അനുസരിക്കുമോ എന്നറിയില്ല. എങ്കിലും പറഞ്ഞുനോക്കാം. അന്നു നേരത്തേ മകൻ വീടെത്തി. പതിവിലേറെ അവൻ ക്ഷീണിതനായിരുന്നു.

“വീടിരിക്കുന്ന സ്ഥലമൊഴിച്ചുള്ളതു വിറ്റാലോ? നമുക്കു കടമില്ലാതെ ജീവിക്കാം.”
മകനോടായി അല്പം ദൂരെനിന്നാണതു പറഞ്ഞത്. എന്റെ ശരീരം മുഴുവനും ഉറുമ്പുപൊടി പറ്റിയിരുന്നു. രാവിലെ മുതലേ ഉറുമ്പുകളുടെ പിന്നാലെ കൂടിയതാണ്. എന്തൊക്കെ ചെയ്താലും ഒടുവിൽ ജയിക്കുന്നത് ഉറുമ്പുകളാണ്. വരി തെറ്റാതെ ഒരുമിച്ചു യാത്ര ചെയ്യുന്നവരെ ആർക്കും തോൽപ്പിക്കാൻ കഴിയില്ല.

“വീടും സ്ഥലവും ഒരുമിച്ചാണു ബാങ്കിന് ഈടുകൊടുത്തത്. ഒരുമിച്ചുതന്നെ വിൽക്കേണ്ടി വരും. എങ്കിലേ കടം തീരൂ..”
അതു പറയുമ്പോൾ മകൻ എന്റെ അരികിലേക്കു ചേർന്നുനിന്നു.

18

തീർന്നുപോകുന്ന ആകാശം

വിദ്യാലയത്തിന്റെ മതിലിനുള്ളിൽ നിന്നു പുറത്തേക്കു തെറിച്ചു വീണ പന്ത് ഞാൻ കയ്യിലെടുത്തു നെഞ്ചോടു ചേർത്തു. അതാ, അവർ എന്റെ കൂട്ടുകാർ. അവരുടെ വിയർപ്പു പുരണ്ട ഈ കളിപ്പന്തിൽ ഞാനുണ്ട്. ഒന്നാംക്ലാസ്സുമുതൽ ഒരുമിച്ച് ഒരേ ക്ലാസ്സിൽ പഠിച്ചവർ. എല്ലാവരും ഇന്നു യൂണിഫോമിലാണ്. ഒരേ വേഷം. ഒരേ നിറം. എന്റെ മനസ്സു പറയുന്നു, നിങ്ങളുടെ വേഷം എനിക്കും വേണം. ഞാൻ എന്നെയും നിങ്ങളെപ്പോലെ ഒന്നു കണ്ടോട്ടെ. നമ്മൾ എന്നും ഒന്നായിരുന്നുവല്ലോ. അന്നൊക്കെ കീറിയ വേഷത്തിലും സ്നേഹമായിരുന്നു നമ്മുടെ മുഖം. ഇന്ന് എല്ലാവരും വലുതായിരിക്കുന്നു. നിങ്ങൾക്കറിയുമോ, നിങ്ങൾ വലുതാകുന്നതു കാണാൻ ഞാൻ ഈ വഴി പോകുമ്പോഴൊക്കെ നിങ്ങളെ നോക്കിനിൽക്കാറുണ്ട്. അടഞ്ഞുകിടക്കുന്ന ഈ ഇരുമ്പുവാതിലുകൾക്കു പുറത്തു നിന്നാണു ഞാൻ നിങ്ങളെ ശ്രദ്ധിച്ചിരുന്നത്. ചിലപ്പോൾ നിങ്ങൾ ക്ലാസ്സ്റൂമിലായിരിക്കും. നമ്മൾ ഒരുമിച്ചിരുന്നു പഠിച്ച ക്ലാസ്സ്റൂമിന്റെ മണം ഇന്നും ഞാൻ ഓർക്കുന്നു, കുപ്പായത്തിലെ ഉണങ്ങാത്ത മഷിയുടെ മണം പോലെ. ബഞ്ചും ഡസ്കും ബുക്കും പുസ്തകവും ചോക്കും ബോർഡും എല്ലാം ചേരുമ്പോഴുള്ള ഒരു മണമുണ്ടല്ലോ, ആ മണമായിരുന്നു നമ്മൾക്കെല്ലാവർക്കും! പാതിവഴിക്കു പഠനം നിർത്തി വീട്ടുകാരോടൊപ്പം പണിക്കു പോകുമ്പോഴും ഇന്നും ആ മണം മാത്രം മനസ്സിൽ മായാതെ നിൽക്കുന്നു.

നമ്മുടെ വിദ്യാലയം! നമ്മളിലേക്ക് അക്ഷരങ്ങൾ പകർന്നു തന്ന ഗുരുക്കന്മാർ! മൈതാനത്തിന് അതിരിട്ടു നിന്നിരുന്ന തണൽമരങ്ങൾ, ആകാശം തൊട്ടുനിന്നിരുന്നവ! താഴെ വീണുകിടന്നിരുന്ന കരിയിലകളുടെ മർമ്മരം കേൾക്കാൻ നമ്മൾ വാശിയോടെ അവയുടെ മീതേ ഓടിനടക്കുമായിരുന്നു..എന്തൊക്കെയാണ് അവ നമ്മളോടു പറ

ഞ്ഞിട്ടുണ്ടാവുക! നമ്മുടെ ചിരികൾ പൊഴിച്ച മുത്തുകൾ ഇന്നും അവിടെയുണ്ടാവും. ആകാശത്തിനും കളിക്കൂട്ടിനുമിടയിൽ നമ്മളറിയാതെ എത്ര കാറ്റും വെയിലും കടന്നുപോയി. ഓരോ ഋതുവും മാറിമാറി വന്നു നമ്മുടെ കൈ പിടിച്ചു. നമ്മൾ മഞ്ഞും മഴയുമായി. 'വർഷവും ശിശിരവും'..അദ്ധ്യാപകർ പറഞ്ഞുതന്ന പേരുകൾ നമ്മുടെ ജീവിതം തന്നെയായിരുന്നു. വഴിയിൽ കാണുന്ന മഷിത്തണ്ടു പറിച്ച് അതിന്റെ നനവുകൾ മനസ്സിൽ നിറച്ചുകൊണ്ടാണ് അന്നു വിദ്യാലയത്തിലേക്കു നമ്മൾ ഓടിവന്നിരുന്നത്. ഓർമ്മയില്ലേ, നമ്മളോരോരുത്തരും അതിനായി പിടിവലി കൂട്ടുന്നത്? നമ്മൾ ഒരുമിച്ചു വിദ്യാലയം എന്ന സ്വർഗ്ഗത്തിൽ..! നിങ്ങളില്ലെങ്കിൽ എനിക്ക് ഓർമ്മകളില്ല. ഓർമ്മകളാണു മനുഷ്യരുടെ പ്രായം!

ജീവിതം തന്ന എല്ലാ ദുഃഖങ്ങൾക്കും മീതേ ഇന്നു ഞാനുണ്ടെങ്കിൽ അതു നിങ്ങളിൽ ആണ്. അതാ, എന്റെ കൂട്ടുകാർ എന്നെ വിളിക്കുന്നു!

"ചേച്ചീ, പന്ത്.."

"ചേച്ചിയോ? ഞാനോ?"

എന്റെ സ്വപ്നങ്ങളടെ ആകാശത്ത് ഇരുട്ടു നിറയുന്നു..എന്നെ ഉണർത്തിയ പ്രഭാതങ്ങൾ ഇനിയില്ല. അവർ വീണ്ടും വിളിച്ചു:

"ചേച്ചീ.."

•

19
സ്വപ്നത്തിൽ കാണാൻ മറന്നത്

കുട്ടികൾ അപ്പോൾ നല്ല ഉറക്കത്തിലായിരുന്നു. ഞങ്ങളെ കെട്ടിപ്പിടിച്ചാണ് അവർ ഉറങ്ങിയിരുന്നത്. അവർക്ക് ഉറങ്ങണമെങ്കിൽ ഞങ്ങൾ അടുത്തുവേണം. അതാണു ശീലം.

സ്വന്തം മക്കളെപ്പോലെതന്നെയാണ് ആ അമ്മയും അച്ഛനും ഞങ്ങളെയും കണ്ടിരുന്നത്. അവർക്കു രണ്ടു മക്കൾ. ഞങ്ങൾ കൂടി ചേർന്നാൽ നാലു പേരായി. എന്നും സ്നേഹം മാത്രമായിരുന്നു ആ വീട്. ഞങ്ങൾക്ക് ഒന്നിനും ഒരു കുറവുമില്ലായിരുന്നു. എവിടെ വേണമെങ്കിലും ഇരിക്കാം. സോഫ, കസേര, കട്ടിൽ...വീട്ടിൽ അവർ ജീവിക്കുന്ന ഇടമെല്ലാം ഞങ്ങൾക്കുമുള്ളതാണ്. ആഹാരകാര്യത്തിൽ കുട്ടികളെപ്പോലെ ഞങ്ങളും വഴക്കു കേൾക്കും. തരുന്നതു കഴിച്ചോളണം.

“ദേ..പാത്രത്തിൽ ഒഴിച്ചത് അതുപോലെതന്നെ ബാക്കിയിരിക്കുന്നു..”

അമ്മ വഴക്കും കൊണ്ടു ഞങ്ങളുടെ പിന്നാലെ വരും. പാത്രം ഒഴിയുന്നതുവരെ വർത്തമാനങ്ങളുമായി കൂടെയുണ്ടാവും. അമ്മയ്ക്കു മാത്രമല്ല, വീട്ടിൽ എല്ലാവർക്കും ഞങ്ങളെ പരിചരിക്കണം. സ്നേഹം ജീവിതമാകുന്നതാണു വീട് എന്നു ഞങ്ങൾ തിരിച്ചറിഞ്ഞു!

ഉറങ്ങിക്കിടക്കുന്ന കുട്ടികളെ ഉണർത്താതെതന്നെ അവരെയും കൊണ്ട് അച്ഛനും അമ്മയും വാഹനത്തിൽ കയറി. വീട്ടിലെ സാധനങ്ങളെല്ലാം മറ്റൊരു വാഹനത്തിൽ കയറ്റി. തിരക്കു പിടിച്ച ആ സമയം ഞങ്ങൾ കരഞ്ഞുകൊണ്ടു വണ്ടിക്കു ചുറ്റും ഓടിനടന്നു. ആ രാത്രിയിൽ അവർ എവിടേക്കോ പോയി! ഞങ്ങളുടെ പാത്രം അവിടെ ഒഴിഞ്ഞുകിടന്നു..

അടുത്ത ദിവസം വീടു പൊളിക്കാനുള്ള യന്ത്രങ്ങളുമായി കുറെ മനുഷ്യർ വന്നു. പുതിയ വീടിന്റെ പണി തുടങ്ങി. മെറ്റലും ചരലും

കമ്പിയുമായി ട്രക്കുകൾ നിരന്നു. ഇടിമുഴക്കം പോലെയുള്ള ശബ്ദങ്ങൾ കേട്ടു ഞങ്ങൾ ഭയന്നു. മനുഷ്യരും വളരെ ഉറക്കെയാണു സംസാരിക്കുന്നത്. യന്ത്രങ്ങളുടെ ശബ്ദത്തിനിടയിൽ അവർക്ക് അവരെ കേൾക്കണമല്ലോ. പുതിയ ശബ്ദങ്ങൾ..പുതിയ കാഴ്ചകൾ.. ഞങ്ങൾ മറ്റാരൊക്കെയോ ആയതു പോലെ..

വീടിനു പുറത്തു ജീവിച്ചു പരിചയമില്ലാതിരുന്നതുകൊണ്ട് കൂട്ടത്തിൽ ഒരാൾ പോയി! ഞൻ ഒറ്റയായി! അവർ എന്നെങ്കിലും തിരിച്ചുവരുമെന്നു ഞാൻ കരുതി. മറ്റെങ്ങും പോകാൻ എനിക്കു മനസ്സു വന്നില്ല. ഒളിച്ചും പാത്തുമാണു പിന്നീടു കഴിഞ്ഞത്. പുറത്തുള്ള നായകൾ കണ്ടാൽ കുരച്ചുകൊണ്ടു ചാടിവീഴും. അതിരുകളെല്ലാം അവർ വീതിച്ചെടുത്തുകഴിഞ്ഞിരുന്നു.

എല്ലാത്തിനും ഒരവസാനം ഉണ്ടാവും. സ്വർഗ്ഗം വീണ്ടും തേടി വരികയാണ്. അച്ഛൻ, അമ്മ, കുട്ടികൾ..പുതിയ വീട്ടിലേക്ക് അവർ വരവറിയിച്ചു. എന്റെ സന്തോഷത്തിന് അതിരുകളില്ലായിരുന്നു. ഞാൻ ആ പാദങ്ങളിൽ മുട്ടിയുരുമ്മി ഉമ്മ വച്ചു..

"മാറു പൂച്ചേ.."

ആരുടെയോ കാലുകൾ എന്നെ പുറത്തേക്കു തട്ടിത്തെറിപ്പിച്ചു.

•

20
വയറ്റാട്ടി

ഭൂമിയിലേക്കു പിറന്നുവീണ കുഞ്ഞിന്റെ കരച്ചിൽ കേൾക്കാൻ അമ്മ കാതോർത്തു. അമ്മയുടെ കരച്ചിൽ കേട്ടാണു കുഞ്ഞു പിറന്നത്.

കുഞ്ഞു ഭൂമിയിൽ ആദ്യം കേട്ട ശബ്ദം..അമ്മയുടെ കരച്ചിൽ! കുഞ്ഞിന്റെ ആദ്യശബ്ദവും കരച്ചിൽതന്നെ. അതു കേട്ട് അമ്മയുടെ മനസ്സിൽ ആനന്ദം നിറഞ്ഞു. അമ്മ ചിരിച്ചു.

“കുഞ്ഞു നന്നായി കരയട്ടെ..ആരോഗ്യമുള്ള കുട്ടികൾ അങ്ങനെയാണ്.”
വയറ്റാട്ടി പറഞ്ഞു.

“നോക്കൂ..കരച്ചിൽ മാറുമ്പോൾ കുഞ്ഞിന്റെ ചുണ്ടിൽ ചിരി മിന്നും. കണ്ണുതുറക്കാതെതന്നെ കുഞ്ഞ് അമ്മയെക്കണ്ടിരിക്കുന്നു..”
വയറ്റാട്ടി പറഞ്ഞതു സത്യമായിരുന്നു. കരച്ചിലും ചിരിയും..അമ്മയും കുഞ്ഞും..മനുഷ്യൻ തുടങ്ങുന്നു..തുടരുന്നു..പിറവിയുടെ സമയമറിയുന്ന വയറ്റാട്ടി അടുത്ത വീട്ടിലേക്കു നടന്നു..

•

21
പ്രഭാതനടത്തം

ഓരോ പ്രഭാതവും പുതിയ വെളിച്ചമായി ഭൂമിയിലേക്ക് ഇറങ്ങിവരും. ഓരോ നിമിഷവും പുതിയ തുടക്കമായി ഇവിടെ പിറന്നുവീഴും. അതിന്റെ തുടർച്ചയുടെ കണ്ണികളായി ഞാനും നിങ്ങളുമൊക്കെ വന്നുപോകും. പിന്നെയും ജീവൻ അതിജീവനത്തിന്റെ സ്വപ്നങ്ങളുമായി യാത്ര തുടരും..

എന്റെ മനസ്സ് എന്നോടു പറയുന്നതു ഞാൻ കേൾക്കുകയാണ്.

"ഈ വലിയ മൈതാനത്തിനു ചുറ്റും രണ്ടു വട്ടം ഞാൻ നടന്നുകഴിഞ്ഞു. എന്നിട്ടും നിങ്ങൾ തുടങ്ങിയിടത്തുതന്നെ ഇപ്പോഴും. ഒന്നു വേഗം പ്ലീസ്.."

എന്റെ ഭാര്യ അത്രയും പറഞ്ഞ് എന്നെ കടന്നുപോയി. ഞങ്ങൾ ഒരുമിച്ചു നടക്കാനിറങ്ങിയതാണ്. നടത്തത്തിനിറങ്ങുമ്പോൾ അവളുടെയൊപ്പമെത്താൻ എനിക്കാവില്ല. അത്രയും വേഗമാണ് അവളുടെ നടപ്പിന്. എന്നാൽ എന്തെങ്കിലും കാര്യത്തിനായി പോകുമ്പോൾ എനിക്കാകും വേഗം കൂടുതൽ. കുട്ടികളെപ്പോലെ ഞാൻ അപ്പോൾ ഓടുകയാവും! ഈ മൈതാനം എനിക്കെന്റെ മനസ്സിനോടുള്ള സൗഹൃദമാണ്. എവിടെയും വലിയ മരങ്ങൾ തണലിട്ടുനിൽക്കുന്നു. ഇവിടെ പക്ഷികൾ നിശ്ശബ്ദമാകാറില്ല. വഴിയോരത്തു വിടർന്നുനിൽക്കുന്ന പൂക്കളിൽ ശലഭങ്ങൾ തൊട്ടുരുമ്മിപ്പറക്കുമ്പോൾ പ്രകൃതിയുടെ അർത്ഥം പൂർണ്ണമാകുന്നതു പോലെ..പ്രഭാതത്തിലെ കാഴ്ചകൾ മനസ്സിന്റെ നനവാകുമ്പോൾ എന്തിനാണീ ധൃതി? എവിടേക്കാണീ തിടുക്കം?

കായികക്ഷമത കൂട്ടാനും രോഗം വരാതിരിക്കാനും മാത്രമല്ലല്ലോ നടത്തം. ശരീരം എന്ന ഉപാധിയിലൂടെ മനസ്സിന്റെയും സഞ്ചാരമായിരിക്കണം അത്. ഈ വെയിലും തണലും കടന്ന്, കാഴ്ചകൾ വിരുന്നൊരുക്കിയ ഈ മണ്ണിൽ തൊട്ട്..

ആകാശത്ത് എവിടെയോ ഒരു മഴ ഓടിനടക്കുന്നുണ്ട്. ഒന്നു പെയ്തിരുന്നെങ്കിൽ..

"എല്ലാവരും തല കൊണ്ടാണു ചിന്തിക്കുന്നത്. ഈ മനുഷ്യന്റെ കാലുകളാണു ചിന്തിക്കുന്നത്"

ഭാര്യ ശകാരിച്ചുകൊണ്ട് വീണ്ടും എന്നെ കടന്നുപോയി. തിരിച്ചുപോകുമ്പോൾ ഇന്നു കൂടുതൽ വഴക്കു കേൾക്കേണ്ടിവരും. അതുകൊണ്ടു ഞാൻ നടത്തത്തിനു വേഗം കൂട്ടുവാൻ ശ്രമിച്ചു. അവൾ പറയാറുണ്ട്, 'നടക്കാൻ വന്നാൽ നടക്കണം, അല്ലാതെ ഒരിടത്തു നിന്നു സമയം കളയരുത്' എന്ന്. ഇന്നും അതുതന്നെ സംഭവിച്ചു. കൂടെക്കൂടെ എനിക്കു വന്നുപോകുന്ന ചില അസുഖങ്ങൾ. വീട്ടുകാരെയും അത് അലട്ടാറുണ്ട്. അതിന്റെ മുൻകരുതൽ ആയിട്ടു കൂടിയാണ് ഈ വരവ്.

"ഒരാൾ വീണാൽ, വീട്ടിലുള്ള എല്ലാവരെയും തുടർന്നു വീഴിക്കാനാണ് ഇവിടെ ആശുപത്രികൾ ഉള്ളത്! അതിലും ഭേദം വീട്ടിൽത്തന്നെ കിടക്കുന്നതാണ്. ഒരാളല്ലേ പോകൂ.."

വീട്ടുകാർ മുന്നറിയിപ്പു തന്നുകഴിഞ്ഞു. ശരിയാണ്. ആരോഗ്യമാണ് എല്ലാം. അതില്ലെങ്കിൽ, സ്വന്തം എന്നു പറയുന്ന ഈ മനസ്സും ശരീരവും എല്ലാം നമ്മളെ കൈവിട്ടുപോകും! പിന്നെ എന്താണു ഞാൻ?! നടപ്പിനു വേഗം കൂടിക്കൊണ്ടിരുന്നു.

"എന്തു പറ്റി, ഈ പെരുമഴ ഒറ്റയ്ക്കു നിന്നു നനയാൻ?"

ഭാര്യ അവളുടെ സാരിത്തലപ്പിനുള്ളിലേക്ക് എന്നെ ചേർത്തുനിർത്തി. ഞാൻ ഒന്നും കാണുന്നുണ്ടായിരുന്നില്ല. മഴ എന്നെ മൂടിയിരുന്നു..

•

22
കള്ളൻ കയറിയ വീട്

"അതാണു കള്ളൻ കയറിയ വീട്!"
ഞങ്ങൾ കുട്ടികളിൽ ഒരാൾ ആ വീടിനു നേരേ കൈ ചൂണ്ടി. എല്ലാവരും അത്ഭുതത്തോടെ ആ വീട്ടിലേക്കു നോക്കി. ഭയം കലർന്ന കാഴ്ചയായിരുന്നു അവർക്ക് ആ വീട്. സ്കൂളിലേക്കുപോകുന്ന വഴിയായിരുന്നു നാട്ടിലെ ഏറ്റവും വലിയ ആ വീട്. ഗേറ്റിന്റെ ഇരുവശവും ബോഗയിൻവില്ലകൾ. അകത്തേക്കുള്ള വഴിയും മുറ്റവും ചരൽ പാകിയത്. വീടിരിക്കുന്ന ആ വലിയ പുരയിടം നിറയെ ഫലവൃക്ഷങ്ങൾ. അവർ മതിലു കെട്ടിയശേഷം ഞങ്ങളാരും അവിടേക്കു പോകാതെയായി.

കള്ളനെ പിടിക്കാൻ പോലീസുനായ വന്നിട്ടുണ്ടെന്നാണറിയുന്നത്. മണം പിടിച്ചു പിന്തുടർന്ന് അതു കള്ളനെ കീഴ്പ്പെടുത്തുമത്രേ. അത് ആദ്യത്തെ അറിവായിരുന്നു. മണം മാറിയാൽ, നായയ്ക്കു വഴി തെറ്റിയാൽ ആരും പിടിക്കപ്പെടാം! എന്റെ പേടി ഞാൻ കൂട്ടുകാരെ അറിയിച്ചു. എല്ലാവർക്കും ഭയമായി. നാടു മുഴുവൻ പോലീസിന്റെ നിരീക്ഷണത്തിലാണ്. ഇടയ്ക്കു സ്കൂളിലേക്കും രണ്ടു പോലീസുകാർ വന്നിരുന്നു. എന്തൊക്കെയോ ചോദിച്ചിട്ടു മടങ്ങിപ്പോയി.

"കള്ളനെന്നോ പോലീസെന്നോ ഉള്ള ഒരു വാക്കും ആരും മിണ്ടിപ്പോകരുത്. എല്ലായിടത്തും പോലീസുണ്ട്. അവർ വേഷം മാറി നടക്കുകയാണ്."
വീട്ടിൽ നിന്നുള്ള കർശനനിർദ്ദേശം വന്നു.
സംശയമുള്ളവരെയെല്ലാം അവർ കൊണ്ടുപോയി ചോദ്യം ചെയ്യുന്നു. വലിയ മുതൽ ആണു കളവു പോയിരിക്കുന്നത്. പോലീസിൽ നല്ല സ്വാധീനവും ശക്തിയും ഉള്ളവരാണു വീട്ടുകാർ. വലിയ പണക്കാർ. പോലീസിന് എന്തും ചെയ്യുവാനുള്ള സ്വാതന്ത്ര്യം ഉള്ളതുപോലെ അവർ ഓടിനടന്നു..

"ഇതു ചെറിയ കള്ളനൊന്നുമല്ല. വലിയ കള്ളന്മാരാണ്. പുറത്തുനിന്നു വന്നവർതന്നെ."

വീട്ടിൽ അടക്കം പറയുന്നതു കേട്ടപ്പോൾ എനിക്കു തെല്ലൊരാശ്വാസം തോന്നി. എന്നാലും, പോലീസിനോ പോലീസ്നായയ്ക്കോ ആ വീട്ടുകാർക്കോ തെറ്റു പറ്റിയാൽ ആരും പിടിക്കപ്പെടാം! പിന്നെ ജയിൽ! ആ ചിന്ത എന്നെ വല്ലാതെ ഭയപ്പെടുത്തുന്നു.

കരയിലൂടെ മാത്രമല്ല, വള്ളത്തിലും ബോട്ടുകളിലും ഒക്കെയായി കാക്കിയിട്ടവർ നാടിനെ വലം വയ്ക്കുന്നുണ്ട്. ഉള്ളിൽ ജയിൽ വരെയുള്ള ബോട്ടുകളിലും പോലീസുകാർ വരുന്നുണ്ടെന്നു കേട്ടു. അങ്ങനെയൊരു ബോട്ടായിരിക്കാം ഇപ്പോൾ കടന്നുപോയത്. അതിന്റെ ഓളങ്ങൾ നിലയ്ക്കുന്നില്ല. പുഴയോരത്തുള്ള ഓരോ വീട്ടിലേക്കും ഓളങ്ങൾ ഇരച്ചുകയറുകയാണ്. എന്റെ കാൽച്ചുവട്ടിൽ വെള്ളത്തിന്റെ നനവ്. ദേഹം ചുട്ടുപൊള്ളുന്നു. ഞാൻ കണ്ണുകൾ ഇറുകെയടച്ചു!

•

23
തുടക്കം

വെളിച്ചം അവൾക്കിഷ്ടമായിരുന്നു. അത് എത്ര ചെറുതാണെങ്കിലും അതിൽ ഒരു കാഴ്ചയുണ്ട് എന്നവൾ കരുതി. ഇന്നായിരുന്നല്ലോ തന്റെ വിവാഹം. പുതിയ വീട്. പുതിയ ബന്ധങ്ങൾ. പുതിയ കടമകൾ. ജീവിതത്തിൽ ഒരിക്കൽ മാത്രം കണ്ടിട്ടുള്ള ഒരുത്തന്റെ ഭാര്യയായി ഇനി മുതൽ താൻ ജീവിക്കണം. തനിക്ക് അയാളെക്കുറിച്ചെന്തറിയാം?

ഭാര്യ..ഭർത്താവ്..ദാമ്പത്യം..പുതിയ കുറെ വാക്കുകൾ വിവാഹത്തോടൊപ്പം അവതരിക്കുന്നു. ഈ ഒരു ദിവസം ഞങ്ങൾ മണവാളനും മണവാട്ടിയും. കിടപ്പുമുറിയോ, മണിയറയും! പുഷ്പങ്ങളാൽ അലംകൃതമായ മെത്ത. അലങ്കാരവിളക്കുകൾ തൂകിയ വെളിച്ചത്തിൽ സ്വപ്നങ്ങളുടെ നിഴലാട്ടം.

“എനിക്കു ചില നിർബ്ബന്ധങ്ങളുണ്ട്. അതൊക്കെ ആദ്യംതന്നെ നീ അറിയണം.”

പുതിയ നിയമപുസ്തകത്തിന്റെ പുറങ്ങൾ അവളുടെ മുമ്പിൽ തുറന്നു.

“ദേഹശുദ്ധി..അതെനിക്കു നിർബന്ധമാണ്. രണ്ടു നേരം കുളിക്കണം. പുലരുംമുമ്പുണരണം. ഈ തലയണക്കവിയൻ നമ്മുടെ വസ്ത്രം പോലെ നിത്യവും കഴുകണം. നമ്മൾ കുളിച്ചു കഴിഞ്ഞാൽ കുളിമുറിയും കുളിച്ചതായിത്തോന്നണം. അടുക്കളയിൽ കൈക്കല കറുക്കരുത്.. ദേഹവും വീടും ഒരുപോലെ ശുദ്ധമായിരിക്കണം..”

“മനസ്സുപോലെ..”അവൾ കൂട്ടിച്ചേർത്തു,

“തയ്യാർ. എന്നോടൊപ്പം നിങ്ങളുമുണ്ടാകും.”

അവൾ ചിരിച്ചു. ചിരിയുടെ നിലാവിൽ അയാളുടെ മുഖം നനയുന്നതു കാണാൻ അവൾ കാത്തു. പെട്ടെന്നു വന്നു മൂടിയ ഒരു കറുപ്പ് അയാളുടെ മുഖത്തു മൗനമായി മാറി. •

24
ഇരിപ്പിടം

ഒന്നാം ക്ലാസ്സിലെ ടീച്ചർ ഹാജർ എടുക്കാൻ കുട്ടികളുടെ പേരുകൾ വിളിച്ചു. ചിലർ വിളി കേട്ടു. ടീച്ചർ പറഞ്ഞതുപോലെ എഴുന്നേറ്റ് 'പ്രസന്റ്'പറയാൻ പഠിച്ചു. ക്ലാസ്സിൽ ആദ്യം കേട്ട ഇംഗ്ലീഷുവാക്ക് അതായിരുന്നു. എഴുന്നേൽക്കാൻ മടി കാട്ടിയ കുട്ടികളുടെ പേരുകൾ ടീച്ചർ വീണ്ടും വിളിച്ചു. പേരു വിളിക്കുമ്പോൾ മടി കൂടാതെ ഹാജർ പറയാൻ കുട്ടികൾ പഠിച്ചു. നിൽക്കാൻ പറയുമ്പോൾ നിന്നു. ഇരിക്കാൻ പറയുമ്പോൾ ഇരുന്നു.

"ഇരിക്കുമ്പോൾ പ്രത്യേകം ശ്രദ്ധിക്കണം. ഓരോ കുട്ടിക്കും ഓരോ ഇരിപ്പിടം ഉണ്ട്. അതു നിങ്ങളുടെതാണ്. അവിടെ മറ്റാരെയും ഇരുത്തരുത്."

ക്ലാസ്സിലെ നിയമങ്ങൾ ഓരോ ദിവസവും ടീച്ചർ പഠിപ്പിച്ചു. ആ വാക്കുകൾ എന്നെ വീണ്ടും വീണ്ടും സന്തോഷിപ്പിച്ചു- "നിങ്ങളുടെ ഇരിപ്പിടം നിങ്ങളുടെതാണ്.." ആദ്യമായി എനിക്കു കിട്ടിയ സമ്മാനം! ഇരിക്കാൻ ഒരു സ്ഥലം! വീട്ടിൽ ഒരിക്കലും അങ്ങനെയൊന്നുമുണ്ടായിരുന്നില്ല. അതിനു സ്വന്തം എന്നു പറയാൻ ഒരു വീടും ഇല്ലായിരുന്നല്ലോ. അച്ഛൻ എന്നും അമ്മയോടു വഴക്കിടുമ്പോൾ പറഞ്ഞു:

"ഇറങ്ങ്...ഇറങ്ങിവിടുന്ന്... നീ ഒന്നും കൊണ്ടല്ല ഇങ്ങോട്ടു വന്നത്."

സ്ത്രീധനമായിരുന്നു അച്ഛൻ ഉദ്ദേശിച്ചിരുന്നത്. അതു കുറഞ്ഞുപോയെന്നായിരുന്നു എന്നുമുള്ള പരാതി. എത്ര നാളായി അമ്മ ഇതു സഹിക്കുന്നുണ്ടാവും? രാത്രിയിൽ വീടിനു പുറത്തു കരഞ്ഞുകൊണ്ടു പല ദിവസങ്ങളിലും ഇരിക്കുന്ന അമ്മ! ഞാൻ അമ്മയുടെ മടിയിൽ പേടിച്ച് ഉറങ്ങാതെ കിടക്കും. തിരിച്ചു വീട്ടിലേക്കു കയറിയാൽ അച്ഛൻ എന്തും ചെയ്യാം. അതായിരുന്നു അമ്മയുടെ പേടി.

"മോനതൊന്നും കാര്യമാക്കണ്ട. ഉറങ്ങിക്കോളൂ.."

ഇന്നെനിക്കമ്മയോടു പറയണം എനിക്കു കിട്ടയസമ്മാനത്തെക്കുറിച്ച്-
എനിക്കു മാത്രമായി കിട്ടിയ ഇരിപ്പിടത്തെക്കുറിച്ച്-
സന്തോഷം കൊണ്ടു തുള്ളിച്ചാടിയാണു ഞാൻ വീട്ടിലേക്കു ചെന്നത്. ഒടിഞ്ഞു പല തുണ്ടുകളായ കല്ലുപെൻസിൽ പോക്കറ്റിൽ കിടന്നു കിലുങ്ങി. അമ്മ വൈകിയാണു വീടെത്തിയത്. പാടത്തെ പണിയും കഴിഞ്ഞു വരുമ്പോൾ ചിലപ്പോൾ വൈകാറുണ്ട്. എപ്പോൾ വന്നാലും തലയിൽ ഒരു ചുമടുണ്ടാവും. അതു വീട്ടിലേക്കുള്ള സാധനങ്ങളാണ്. അമ്മ വന്നുകഴിഞ്ഞാൽ നേരേ അടുക്കളയിലേക്കാണു കയറുന്നത്. അത്താഴത്തിന്റെ ഒരുക്കങ്ങളുമായി അമ്മ തിരക്കിലാവും. അടുപ്പിൽ പച്ച വിറക് ഊതിയൂതി അമ്മയുടെ കണ്ണുകൾ കലങ്ങും. മുഖം വിങ്ങി വീർക്കും. അതൊന്നും കാണാൻ വീട്ടിൽ ആരുമില്ലായിരുന്നല്ലോ.

അച്ഛൻ എന്നും വൈകിയേ വീട്ടിലെത്താറുള്ളു. വരുമ്പോഴേ കൈ കഴുകി ഇരിക്കും. എല്ലാവരും കഴിച്ചിട്ടേ അമ്മ കഴിക്കാറുള്ളു. ആർക്കും തികയാതെ വരരുത്. പല ദിവസങ്ങളിലും വച്ച ചോറ് അമ്മ കഴിക്കാറില്ല. അപ്പോഴേക്കും വഴക്കാകും. അച്ഛൻ പാത്രമുൾപ്പടെ പുറത്തേക്കു വലിച്ചെറിയുന്നതു കാണാം. പാത്രം വീണുടയുന്ന ശബ്ദം കേട്ടു മറ്റുള്ളവർ പറയും:

"അവിടെ എന്നും വഴക്കാ.."

അമ്മയുടെ അടക്കിപ്പിടിച്ച കരച്ചിൽ രാത്രിയുടെയും തേങ്ങലായി മാറി. ഒന്നുറക്കെ കരയാൻ പോലും അമ്മയ്ക്കാകുമായിരുന്നില്ല. ഉറക്കെക്കരഞ്ഞാൽ വഴക്കു നീളുമെന്നായിരുന്നു അമ്മയുടെ പേടി.

എനിക്കു കിട്ടിയ സമ്മാനത്തെക്കുറിച്ചു പറയാൻ ഞാൻ കാത്തിരുന്നു. രാത്രി ഏറെ ഇരുട്ടിയിട്ടും വീട്ടിലെ പണി തീരുന്നില്ല. അമ്മയുടെ അടുത്തേക്കു ചെന്നു സമ്മാനത്തിന്റെ വിവരം പറഞ്ഞാലോ? വേണ്ട. അച്ഛൻ കേൾക്കണ്ട. എന്നെ സ്കൂളിൽ ചേർത്തതു തന്നെ അച്ഛനിഷ്ടമായിട്ടില്ല. അതിനുള്ള പ്രായമായില്ല എന്നതാണു വെറുതെ ഒരു കാരണം കണ്ടെത്തിയത്! അങ്ങനെ രണ്ടു വർഷം വൈകിയാണ് എന്നെ സ്കൂളിൽ ചേർത്തത്. സ്കൂളിൽ പോയി വരുന്നത് അച്ഛന്റെ മുമ്പിലേക്കാകാതിരിക്കാൻ കഴിവതും ഞാൻ നോക്കുന്നുണ്ടായിരുന്നു.

പെട്ടെന്നായിരുന്നു അച്ഛൻ ആക്രോശിച്ചുകൊണ്ട് അമ്മയുടെ നേരേ ചെന്നത്. ഇന്നു പുതിയ കാര്യമൊന്നും ഉണ്ടായിക്കാണില്ല. ഇന്നലത്തേതിന്റെ ബാക്കിയാവും..

"ഇറങ്ങടീ എന്റെ വീട്ടിൽ നിന്ന്.."

നില വിട്ട കോപത്തിൽ അച്ഛൻ അലറി. അമ്മയെപ്പോലെ വീട് എനിക്കും

ഭയമായിരുന്നു. അവിടെ ഉയരുന്ന ഓരോ ശബ്ദത്തെയും എനിക്കു ഭയമായിരുന്നു.

അമ്മ കരഞ്ഞുകൊണ്ട് ഇരുട്ടിലേക്കിറങ്ങി. എന്റെ കൈപിടിച്ചുകൊണ്ടാണ് അമ്മ ഇറങ്ങിയത്. എവിടേക്കാണെന്നു ചോദിക്കാതെ ഞാൻ അമ്മയെ നോക്കി. എന്തോ, എനിക്കു കരച്ചിൽ വന്നില്ല. പോകാൻ ഇപ്പോൾ ഒരു സ്ഥലമുണ്ടല്ലോ!

"അമ്മേ, നേരം ഒന്നു വെളുത്തോട്ടെ. നാളെ നമ്മൾ ഒരുമിച്ചാണു സ്കൂളിൽ പോകുന്നത്."

ടീച്ചറെ എനിക്കു വിശ്വാസമായിരുന്നു. ഇവിടെ എല്ലാവർക്കും ഇരിക്കാനൊരു സ്ഥലമുണ്ട്. അതു നിങ്ങളുടെതായിരുക്കും എന്ന ടീച്ചറുടെ വാക്കുകൾ എന്റെ മനസ്സിൽ മുഴങ്ങി. പക്ഷേ, ആ സമ്മാനത്തെക്കുറിച്ച് അമ്മയോടു പറയാൻ അപ്പോഴും ഞാൻ ഭയന്നു. അച്ഛനറിഞ്ഞാലോ!

•

25
മാറുന്ന കാലം

ചെറുക്കൻ പെണ്ണുകാണാനെത്തിയെന്നറിഞ്ഞു. കതകിന്റെ മറവിൽ നിന്ന് അവൾ ആദ്യമായി അവനെ കണ്ടു. കൂടെ വന്നവർ അച്ഛനോടും മറ്റുള്ളവരോടും ഒക്കെ നന്നായി സംസാരിക്കുന്നു, അതിവിനയത്തോടെ.

ഈയൊരു കുഴപ്പമേ പയ്യനുള്ളു. ഭൂസ്വത്തു വേണ്ടതിലധികമുണ്ട്. മൂന്നു സഹോദരിമാർക്ക് ഒരേയൊരാങ്ങള. സഹോദരിമാർക്കും പയ്യനുള്ള അതേ വൈകല്യമുണ്ട്. അതുകൊണ്ട് അവരെല്ലാം അവിവാഹിതരായി നിൽക്കുന്നു. ഏറ്റവും ഇളയതാണു ചെറുക്കൻ. അവനും വിവാഹം കഴിച്ചില്ലെങ്കിൽ വരുംതലമുറയില്ലാതെ കുടുംബം അന്യം നിൽക്കും.

"ചെറുക്കനെന്താ വൈകല്യമെന്നു പറഞ്ഞില്ലല്ലോ.."
വീട്ടിലെ മൂത്ത അമ്മാവനാണ് ആ ചോദ്യത്തിന്റെ അവകാശി. പ്രായത്തിന്റേതായ അല്പം കാഴ്ചക്കുറവുണ്ട്. എന്നാലും പയ്യനെ ആപാദചൂഡം നോക്കി

"ഏയ്.. ഒരു കുഴപ്പവുമില്ല. നല്ല ആരോഗ്യം. സുമുഖനായ ചെറുപ്പക്കാരൻ.."
തന്റെ മനസ്സു കണ്ടതാണു കാഴ്ചയെന്ന് അമ്മാവനു തോന്നി,

"ചെവി കേൾക്കില്ല. സംസാരിക്കാനും ബുദ്ധിമുട്ടുണ്ട്.."
ചെറുക്കന്റെ കൂടെ വന്നവരിൽ ബന്ധുവായ ഒരു സ്ത്രീയാണതു പറഞ്ഞത്. ഒരു നിമിഷം എല്ലാവരുടെയും മുഖം മ്ലാനമായി. അന്തരീക്ഷത്തിൽ മൗനം നിറഞ്ഞു. ചെറുക്കൻ മാത്രം ഒന്നും കേൾക്കാതെ, അറിയാതെ എല്ലാവരെയും നോക്കി ചിരിച്ചു. പെണ്ണിന്റെ ചുറ്റും നിന്ന ഇളയ സഹോദരിമാർ ഒരുപോലെ പറഞ്ഞു:

"വേണ്ട..വേണ്ട.."

അച്ഛനും അമ്മയും ഒന്നും മിണ്ടിയില്ല.

"ആലോചിച്ചിട്ടു പറയാം.."

അമ്മാവന്റെതാണ് അവസാനവാക്ക്. വീട്ടിലെ മൂത്ത ആളല്ലേ.

"എന്നാൽ ഞങ്ങളിറങ്ങട്ടെ.."

അവർ എഴുന്നേറ്റ് എല്ലാവരെയും തൊഴുതു.

'വാക്കുകൾ കൊണ്ടു മാത്രം സംസാരിക്കുന്നതാണു ദാമ്പത്യത്തിലെ അകലം. താൻ പലരെയും കാണുന്നതല്ലേ. മനസ്സ് അവർക്ക് ഒരു ഭാഷ യേയല്ല.' അവൾ തീരുമാനിച്ചു. തിളപ്പിച്ചു കപ്പിലൊഴിച്ചുവച്ചിരുന്ന ചായ ആറിത്തുടങ്ങുന്നു..

"അച്ഛാ അവരെ തിരികെ വിളിക്കൂ.."

അവൾ ചായയുമായി വാതിൽ കടന്നു മുറിയിലേക്കുവന്നു, ആരും പറയാതെ...

•

26

ആദ്യയാത്ര

എവിടെയോ വെള്ളം വീഴുന്ന ശബ്ദം! മക്കളെല്ലാം ഉറങ്ങിക്കഴിഞ്ഞിരിക്കുന്നു. പരിചയമില്ലാത്ത വീട്. എപ്പോഴെങ്കിലും മകളും കുടുംബവും താമസിക്കുന്ന ഈ വിദൂരനഗരത്തിൽ എത്തണമെന്നതു വലിയ ആഗ്രഹമായിരുന്നു. ഫ്ളൈറ്റിൽ ആയിരുന്നു യാത്ര. ആദ്യമായി അതും നടന്നു. എയർപോർട്ടും അവിടുന്നു വാഹനത്തിലുള്ള യാത്രയും..വഴിക്കാഴ്ചകൾ കണ്ടു മകളുടെ വീടെത്തിയപ്പോൾ നേരം വൈകിയിരുന്നു. മകളും മരുമകനും കോളജിൽ പഠിക്കുന്ന കൊച്ചുമകനും ചേർന്നു നന്നായി എന്റെ കാര്യങ്ങൾ നോക്കുന്നുണ്ടായിരുന്നു.

ഒരു മാസമായി വീട് അടഞ്ഞുകിടക്കുന്നു. നിറയെ പൊടിയാണ്. എല്ലാവരും കൂടി വീടു തൂത്തുതുടയ്ക്കുന്ന തിരക്കായിരുന്നു ആദ്യം. നഗരജീവിതത്തിന്റെ ഓരോരോ കാഴ്ചകൾ! തുടക്കം ഇഷ്ടമായി. ഇവിടെ എല്ലാവരും ജോലി ചെയ്യുന്നു. നാട്ടിൽ സ്ത്രീകൾ മാത്രം ചെയ്യുന്ന വീട്ടുപണികൾ നഗരത്തിൽ പുരുഷന്മാരും മടികൂടാതെ ചെയ്യുന്നു. മനുഷ്യൻ നന്നാകണമെങ്കിൽ നാടുവിട്ടു നഗരത്തിൽ എപ്പോഴെങ്കിലും ഒന്നു വരണം! ഇവിടെ ആൺപെൺവ്യത്യാസങ്ങൾ മറന്നു മനുഷ്യർ ജീവിക്കുകയാണ്.. നന്ദി, മക്കളേ..

ഞാനും അവരോടൊപ്പം ചേർന്നു.

“അച്ഛൻ ഒരിടത്തിരുന്നാൽ മതി. ഇതൊക്കെ ഞങ്ങൾ എന്നും ചെയ്യുന്നതല്ലേ?”

മകൾ എന്നെ പിടിച്ചൊരു കസേരയിലിരുത്തി, ടെലിവിഷൻ ഓൺ ചെയ്തു.

“വേണ്ട..എനിക്കു നിങ്ങളെ കണ്ടാൽ മതി.. ഈ വീടും പുതിയ നാടും..”

ഞാൻ വിലക്കി. മകൾക്കറിയാം, എനിക്ക് ഇതിനോടൊന്നും വലിയ

ഭ്രമമില്ലെന്ന്. വല്ലപ്പോഴും വാർത്തകളറിയാൻ ടെലിവിഷൻ കാണും. അതും പരസ്യങ്ങളുടെ ആവർത്തനം സഹിക്കാതാകുമ്പോൾ കാഴ്ച വേണ്ടെന്നുവയ്ക്കും.

കൊച്ചുമകൻ ചായയുമായി വന്നു. അവന്റെ മുഖത്തെ സഹജമായ പുഞ്ചിരി ഒന്നുകൂടിത്തെളിഞ്ഞിട്ടുണ്ട്. അവന്റെ നെറ്റിയിൽ സ്നേഹത്തിന്റെ മുത്തം ചാർത്തി ഞാൻ ചായ വാങ്ങി. മക്കൾ അടുക്കളയിൽ ചില ഒരുക്കങ്ങൾ നടത്തുകയാണ്.. അത്താഴവും കാലമായിരിക്കുന്നു.

ഭക്ഷണം കഴിച്ച ശേഷം ഉറങ്ങുവാനായി പോകുമ്പോൾ ഞാൻ എന്നോടുതന്നെ പറഞ്ഞു:'ഇതാണു വീട്!' നന്നായി ഉറങ്ങിത്തുടങ്ങിയതാണ്, നിറഞ്ഞ സന്തോഷത്തോടെ. ഇതിനിടയിൽ എപ്പോഴോ വെള്ളം വീഴുന്ന ശബ്ദം കേട്ടാണു ഞാനുണർന്നത്. വീടിനകത്തു നിന്നല്ല, പുറത്തെവിടെയോ നിന്നാണു ശബ്ദം വരുന്നത്. രാത്രിയിലും പുറത്തു വെളിച്ചമുണ്ട്. അതു മറ്റാരുടെയോ വീട്ടിൽ നിന്നു വരുന്നതാവാം. ഒന്നോടൊന്നു ചേർന്നാണു ഫ്ളാറ്റുകൾ. തൊട്ടടുത്ത വീട്ടിലേക്ക് ഒരിടഭിത്തിയുടെ ദൂരം മാത്രം! മക്കളുണരുമ്പോൾ അവരോടു രാവിലെ പറയാം. വെള്ളമല്ലേ, അതു പാഴാകാതിരിക്കട്ടെ. വീണ്ടും ഞാൻ ഉറങ്ങുവാൻ ശ്രമിച്ചു. വെള്ളം ഒലിച്ചിറങ്ങുന്ന ശബ്ദം എന്റെ തൊട്ടടുത്തെത്തിയതു പോലെ. ഞാൻ മുറിയിലെ ലൈറ്റിട്ടു. അസ്വസ്ഥതയോടെ മുറിയിൽത്തന്നെ നടന്നു. എന്റെ മുറിയിൽ വെളിച്ചം കണ്ടു മക്കൾ ഉണർന്നു മുറിയിലേക്കു വന്നു.

"അച്ഛനിതെന്തു പറ്റി? ഇതുവരെ ഉറങ്ങിയില്ലേ?"
മകൾ ചോദ്യവുമായി മുന്നിൽ.

"വീടു മാറിയതുകൊണ്ടാണോ?"
മരുമകന്റെ സംശയം.

"എവിടെയോ വെള്ളം പോകുന്നു. മുകളിൽ നിന്നു താഴേക്കു നിലയ്ക്കാതെ വെള്ളം വീഴുന്ന ശബ്ദം. ഉറക്കം വരുന്നില്ല."
മക്കൾ ഉണർന്നുവന്നതിലുള്ള പ്രയാസത്തോടെ ഞാൻ പറഞ്ഞു.

"ടാങ്കു നിറഞ്ഞുകവിഞ്ഞൊഴുകുന്നതാണ്. നമ്മുടെ അടുത്ത വീട്ടിൽ നിന്നാണത്. വീടു പൂട്ടിക്കിടക്കുന്നതുകൊണ്ട് അവർ വന്നിട്ടാകാം എന്നു കരുതി. എന്തായാലും നാളെ നോക്കാം. അച്ഛൻ കിടന്നുറങ്ങ്.."
മക്കൾ അവരുടെ മുറിയിലേക്കു പോയി. ലൈറ്റണച്ചു ഞാൻ പിന്നെയും ഉറങ്ങാതെ കിടന്നു.

"നമ്മളോടൊപ്പമുള്ള അച്ഛന്റെ ആദ്യദിവസം ഇങ്ങനെ അങ്ങു പോകുന്നു. ഇപ്പോൾ വെള്ളം വരുന്നെങ്കിലുമുണ്ട്..ഇനി വരും ദിവ

സങ്ങൾ..ഒരുപക്ഷേ, വെള്ളമേ ഉണ്ടാകില്ല. അപ്പോഴും നിന്റച്ഛന് ഉറങ്ങാൻ കഴിഞ്ഞില്ലെങ്കിലോ? എന്താ നിന്റച്ഛൻ ഇങ്ങനെ?"
മരുമകനും ചോദ്യങ്ങളുമായി ഉറങ്ങാതെ കിടക്കുകയാണ്.

"എന്റച്ഛനെക്കുറിച്ചു നിങ്ങൾ ഇതാണോ മനസ്സിലാക്കിയത്? വെള്ളത്തിന്റ വില അച്ഛനറിയാം. അതു പാഴായിപ്പോകുന്നതിന്റെ സങ്കടവും അച്ഛനറിയാം. വെള്ളമില്ലാതെ വരുമ്പോഴുള്ള പ്രയാസങ്ങളും അച്ഛനു നന്നായറിയാം. വെള്ളമില്ലാതെ വരുമ്പോൾ എവിടെനിന്നായാലും അച്ഛൻ വെള്ളവുമായേ വീടെത്തിയിരുന്നുള്ളു. അതുകൊണ്ടൊക്കെയാണ് അച്ഛന് ഈ കരുതൽ."
എന്നെക്കുറിച്ചു പറയുവാനുള്ളത് അവർ പരസ്പരം പറഞ്ഞുകഴിഞ്ഞു. സ്നേഹത്തോടെ അവർ പരസ്പരം കേൾക്കുകയും ചെയ്തു. അവർ ഉറങ്ങി.

പുലർച്ചെ ഞാൻ പുറത്തു നിൽക്കുന്നതു കണ്ട് മരുമകൻ അത്ഭുതത്തോടെ ചോദിച്ചു:

"അച്ഛൻ ഇവിടെ? ഉറങ്ങിയില്ലേ?"

"എന്റെ മക്കൾ ജീവിക്കുന്ന ഈ നാട് ഉണരുന്നതു കാണാൻ ഞാൻ പുർച്ചെ ഇറങ്ങി കാത്തിരുന്നു. പതിവുശീലങ്ങളും മുടക്കണ്ട എന്നു തോന്നി."
എന്റെ മറുപടി പ്രതീക്ഷിച്ചിരുന്നതുപോലെ അവൻ പറഞ്ഞു:

"ഞാനും വരാമായിരുന്നു..അച്ഛനൊറ്റയ്ക്ക്.."

"ഞാനതോർത്തില്ല. മക്കളുറങ്ങട്ടെ എന്നു കരുതി. അല്ലാ, എങ്ങോട്ടാ രാവിലെ ഒരുങ്ങി..?"

"അച്ഛാ, ഞാനൊരു പ്ലമ്പറെ വിളിക്കാൻ പോകുവാ. നമുക്കിന്നതു ശരിയാക്കണം."
മരുമകൻ അതു പറഞ്ഞിട്ടു നിൽക്കാതെ നടന്നുതുടങ്ങി.

"അനന്ദൂ..മോനേ, നിൽക്കവിടെ."
വളരെ അപൂർവ്വമായേ ഞാൻ മരുമകനെ പേരു വിളിക്കാറുള്ളു. അത് എപ്പോഴാണെന്ന് എനിക്കുതന്നെ അറിയില്ല. മിക്കവാറും മകനേ, മക്കളേ എന്നൊക്കെയേ വിളിക്കൂ. പെട്ടെന്നു പേരു ചൊല്ലിവിളിക്കാനെന്തുപറ്റി എന്ന ഭാവത്തിൽ അവൻ തിരിഞ്ഞുനിന്നു.

"അതിനാണു മോൻ പോകുന്നതെങ്കിൽ വേണ്ട. ഞാനതു ചെയ്തുകഴിഞ്ഞു! വളരെ ചെറിയ ഒരു കാര്യമേ ഉണ്ടായിരുന്നുള്ളു. ഇനിയും വെള്ളം പാഴായിപ്പോകില്ല. സംസാരം കേട്ടിട്ടാവാം മകളും അടുത്തേക്കു വന്നു.

"അച്ഛാ.." എന്നെ ആരോ വിളിക്കുന്നു. ഇരുവരെയും ഞാൻ മാറിമാറി നോക്കി. വെള്ളത്തിൽ നനഞ്ഞുപോയ എന്റെ വസ്ത്രത്തിൽ മക്കളുടെ ചൂട്..!

•

27
വെയിൽവഴികൾ

ഇന്നു കണക്കെടുപ്പു തുടങ്ങുന്നു. പോകേണ്ട വീടുകളുടെയെല്ലാം വിലാസമെഴുതിയ പേപ്പറുകൾ ഒന്നൊന്നായി എടുത്തുനോക്കി. അതുപോലെ തിരിച്ചു ബാഗിലിട്ടു. അതിൽ ഒരെണ്ണം വീണ്ടുമെടുത്തു മടക്കു നിവർത്തി വായിച്ചു. പുതിയ ജോലിയുടെ തുടക്കം. ഒന്നും വിട്ടുപോകരുത്.

വൈകുന്നേരം ഓഫീസിലും എത്തേണ്ടതാണ്. അവിടെ നിന്ന് അതു രാജ്യത്തിന്റെ രേഖയായി മാറും! സർക്കാരു കാര്യം മുറ പോലെ എന്നു പറഞ്ഞിരുന്ന കാലമൊക്കെ കഴിഞ്ഞു. പൗരനു മീതേ നിയമങ്ങൾ രാഷ്ട്രമാകുന്നു. ഇന്നലെ വരെ ഓഫീസിൽ. ഇന്നു വീടുകയറ്റം. കത്തുന്ന വേനൽച്ചൂടിന്റെ വഴികളിലൂടെ ഞാൻ ആദ്യം കണ്ട വീട്ടിലേക്കു കയറി.

"ഗോകുൽദാസ്, വലിയവീട്.."

എന്റെ ശബ്ദം കേട്ടു ഗൃഹനാഥൻ വീടിനു പുറത്തേക്കിറങ്ങിവന്നു. പ്രായം അറുപത്തിയഞ്ചു കടന്നിട്ടുണ്ടാവില്ല. തടിച്ചു കുറിയ ദേഹം. നര കയറിയ മുടി പറ്റെ വെട്ടിനിർത്തിയിരിക്കുന്നു. ഏതോ പൂർവ്വസ്മൃതികളുടെ അടയാളങ്ങൾ പോലെ തന്റെ കാതുകളിൽ എഴുന്നു നിൽക്കുന്ന ചെമ്പിച്ച രോമങ്ങളെ അയാൾ വളരാനനുവദിച്ചിരിക്കുന്നു. മേൽപോട്ട് അല്പം കയറ്റി ഉടുത്ത വെള്ളമുണ്ടും ചുമലിൽ ഒരു തോർത്തുമാണു വേഷം.

"ആരാ?"

സംശയത്തിന്റെ അകലങ്ങളിൽ നിന്ന് അയാൾ തിരക്കി. കനമുള്ള ശബ്ദം. വീട്ടിലേക്കു കയറിയ സമയം മുതൽ അയാളുടെ വളർത്തുനായയും എന്റെ വരവറിഞ്ഞിരുന്നു. മുറ്റത്തെ കൂട്ടിൽക്കിടന്ന് അത് അത്യുച്ചത്തിൽ കുരച്ചുചാടി. കൂടിന്റെ അഴികളിൽ ക്രൗര്യത്തോടെ

കടിച്ചുനോക്കി. അതിന്റെ തീ പാറുന്ന കണ്ണുകൾ ആഗതർക്കുള്ള മുന്നറിയിപ്പായി തോന്നി.

"ബ്ലോക്കീന്നാ..വിവരശേഖരണം.."

ആഗമനോദ്ദേശ്യം അറിയിച്ചു. എന്റെ ജോലി തുടങ്ങുകയായി..

എന്റെ കയ്യലിരിക്കുന്ന കടലാസ്സുകളിലേക്ക് അയാൾ തറപ്പിച്ചുനോക്കി. ആരോടോ കരുതിവച്ച പക അയാളുടെ മുഖം നിറയെ. ശബ്ദവും അതിനു ചേരുന്നത്.

"സർവ്വേ.."

ആത്മഗതം പോലെ അയാൾ മന്ത്രിച്ചു. ചുമലിൽ കിടന്നിരുന്ന തോർത്തെടുത്ത് അയാൾ തന്റെ ദേഹം അമർത്തിത്തുടച്ചു. എന്റെ നെറ്റിയിൽ നിന്നു വിയർപ്പു പൊടിഞ്ഞു കണ്ണിലേക്കിറങ്ങി. ഉപ്പിന്റെ നീറ്റൽ!

"നല്ല ചൂട്.!"

കഠിനസമയത്തെ ഒരുമിച്ചു പങ്കുവയ്ക്കുവാൻ ഗൃഹനാഥനോടായി ഞാനെന്റെ അനുഭാവമറിയിച്ചു. അത് അയാൾക്കും ഇഷ്ടമാകുമെന്നു കരുതി.

"ചൂടിനല്ല കുഴപ്പം. മനുഷ്യനാണ്."അയാൾ മനുഷ്യരെയാകെ തെറ്റിന്റെ പക്ഷത്തു നിർത്തി സംസാരിക്കുന്നു. അതിൽ താൻ മാത്രം ശരിയും! അവനവനോടു മാത്രം പക്ഷം പിടിക്കുന്ന നീതിബോധം! നായ ഇടയ്ക്കിടെ തന്റെ യജമാനനെ സന്തോഷിപ്പിക്കാൻ ഒച്ചയൊട്ടും കുറയാതെ കുരച്ചും കുതറിയും കൂടു നിറഞ്ഞു. അതൊരു ശാസന പോലെ എന്നെ അസ്വസ്ഥനാക്കി. അയാൾ അരുത് എന്നു പറഞ്ഞാൽ നായ കേൾക്കും. എന്നിട്ടും..

ആഗതർക്കു നേരേയുള്ള നായയുടെ കുരച്ചുചാട്ടം ഉടമസ്ഥൻ ആഘോഷിക്കുകയാണ്, നിഗൂഢമായ ഒരാനന്ദത്തോടെ. ഈ ശബ്ദം നിത്യവും കേൾക്കുന്ന അയൽക്കാരെക്കുറിച്ച് ഒരു നിമിഷം ഓർത്തുപോയി. തൊഴുത്തിൽ നിന്ന് ഒരു പശുവിന്റെ ദൈന്യതയാർന്ന കരച്ചിൽ. വേനലാളുന്ന വെയിൽവഴികളെ ഞാൻ മറന്നു. എത്രയും പെട്ടെന്ന് ആ വീട്ടിൽ നിന്നിറങ്ങണം. ചോദ്യാവലിയുടെ ചതുരക്കള്ളികൾ നിറയുന്നു. പേര്, വയസ്സ്, ജോലി, ജാതി, മതം, അച്ഛനമ്മമാർ, വീട്ടിലെ മറ്റംഗങ്ങൾ, വസ്തുവകകൾ..അങ്ങനെ കണക്കെടുപ്പു നീണ്ടു. മാതാപിതാക്കൾ ജീവിച്ചിരിപ്പില്ല. അതെളുപ്പമായി. ഒരു മകനെയുള്ളു. അവനു വിദേശത്തു ജോലി. അമ്മ മകനോടൊപ്പം.

"ഗോകുൽ ദാസ് ഒറ്റയ്ക്കൊരു വീട്..അല്ലേ?"

പറഞ്ഞുകഴിഞ്ഞപ്പോൾ വേണ്ടിയിരുന്നില്ല എന്നു തോന്നി.

"ഏയ് ഞാനല്ല..വീട് അനന്തന്റെയാണ്.

ഞാൻ പ്രതീക്ഷിക്കാത്ത മറുപടി.

"അനന്തനോ? അതാര്?"
ആശ്ചര്യത്തോടെയുള്ള എന്റെ നോട്ടം കണ്ട് അയാൾ നായുടെ കൂട്ടിലേക്കു വിരൽ ചൂണ്ടി. ഇവനില്ലായിരുന്നെങ്കിൽ ഞാൻ എന്നേ മകന്റെ കൂടെ അക്കര പറ്റിയേനേ..

ഒരു മൗനത്തിന്റെ ഇടവേളയ്ക്കു ശേഷം വീണ്ടും കണക്കെടുപ്പിന്റെ വിവരശേഖരണത്തിലേക്ക്.

"സർ, ഏറ്റവും വേണ്ടപ്പെട്ട ഒരയൽക്കാരന്റെ പേര്, ഒരു ബന്ധു ഇത്രയും കൂടി വേണമായിരുന്നു. എങ്കിലേ എന്റെ ജോലി തീരുകയുള്ളൂ."

"ഓ..! നല്ല അയൽക്കാർ! ബന്ധു!!"
ഒരു തമാശ കേട്ടതുപോലെ അയാൾ ചിരിച്ചു. മുഖത്തിന്റെ പാതിയിൽ ആ ചിരി ചുളിവുകൾ തീർത്തു.. ●

28
നിലാവിൽ തെളിയുന്ന മുഖങ്ങൾ

ജീവിതം മറന്നുപോയതു മരണം ഓർമ്മപ്പെടുത്തുന്നു. അതു സ്നേഹമാണ്. എല്ലാവരോടും ഇപ്പോൾ സ്നേഹം മാത്രം. ഇതുവരെ ഞാൻ അറിയാത്ത ഒരു നിശ്ശബ്ദതയുടെ നനവ് എന്നിലേക്കിപ്പോൾ ആഴ്ന്നിറങ്ങുന്നു. ഇനി ഞാനില്ല. എന്റെ കണ്ണുകൾ എന്നെത്തന്നെ കാണുകയാണ്. ഇതല്ലല്ലോ ഞാൻ. എന്റെ വീട്, ഭാര്യ, മക്കൾ..

ആദ്യം പിറന്നതു മകളായിരുന്നു. അതിനു താഴെ രണ്ട് ആൺകുട്ടികൾ. അച്ഛന്റെ നിഴൽ കണ്ടാൽ ഓടിയൊളിക്കുന്ന മക്കൾ. അറിയാതെ മുന്നിൽ വന്നുപെട്ടാൽ അവർ ഭയന്നുവിറച്ചിരുന്നു. പഠിക്കാൻ മിടുക്കിയായിട്ടും സ്കൂൾ കഴിഞ്ഞപ്പോൾ മകൾ പഠനം നിർത്തി. അവൾക്കു താഴെയുള്ളവർ ഇപ്പോഴും പള്ളിക്കൂടത്തിൽ പഠിക്കുന്നു. ഭാര്യ, എന്നോ ജീവിച്ചിരുന്നതിന്റെ നിഴൽ മാത്രം! ഇതുവരെ ഞാൻ ഉണ്ടായിരുന്നതാണു വീടിന്റെ ദുഃഖം. ഇനി ഞാൻ വഴി മാറേണ്ട സമയം. അവർ ജീവിക്കണം. വീടിനായുള്ള എന്റെ ആദ്യത്തെ കരുതൽ! എന്നെ കാത്തിരുന്നതുപോലെ മരണം. ഇപ്പോൾ ഞങ്ങൾ മുഖാമുഖം കാണുന്നു. കൃഷിയുണ്ടായിരുന്നപ്പോൾ വാങ്ങിവച്ചിരുന്ന വിഷം. മരണത്തിലേക്കുള്ള എന്റെ വാതിൽ മദ്യത്തോടൊപ്പം അതു തുറന്നു തന്നു. ഞാൻ ചിരിച്ചു. പാട്ടു പാടി. ആരെയൊക്കെയോ പുലഭ്യം പറഞ്ഞു. ഒടുവിൽ ഞാൻ സ്നേഹമായി മാറി. ഭ്രാന്തോളം കരഞ്ഞു.

"മക്കളേ.."

അവർ വിളി കേൾക്കുമോ? വീട്ടിൽ നിന്നു വഴക്കിട്ടാണു ഞാൻ ഇറങ്ങിപ്പോന്നത്. പതിവുപോലെ എല്ലാവരെയും ഇന്നും ഉപദ്രവിച്ചു. എന്തിനായിരുന്നു? ഒരു മദ്യപാനിക്കു കാരണങ്ങൾ വേണ്ട!

ജോലിയെടുക്കാതെ കിട്ടിയ ഭൂസ്വത്ത്. കുടുംബവീതം. ജീവിതം ആഘോഷിക്കാനായി അതു കുറേശ്ശെ വിറ്റു. ഒടുവിൽ വീടു

മാത്രം ശേഷിച്ചു. പിന്നെ, അതും പണയത്തിലായി. ഒരിക്കൽ നാട്ടിലെ വലിയ കൃഷിക്കാരൻ. തറവാടി. സർവ്വസമ്മതൻ. വീടിന്റെ പേരു നാടു നിറഞ്ഞു നിന്നിരുന്ന സമയം. ഇന്നു താൻ ആർക്കും വേണ്ടാത്തവൻ. ആർക്കും. കണ്ണിൽ ശേഷിച്ച വെളിച്ചം കെട്ടുപോകും മുമ്പെ ഞാൻ ആകാശമാകെ നോക്കി. നക്ഷത്രങ്ങൾ..നിലാവ്..വെളിച്ചം..എത്ര സുന്ദരമാണ് ഈ ലോകം! ഇന്നലെയും ഇത് ഇവിടെയുണ്ടായിരുന്നുവല്ലോ! ഞാൻ ആദ്യമായി കണ്ട എന്റെ ആകാശം എന്നിൽ നിന്ന് അകന്നു പോകുകയാണ്. മനുഷ്യനാകാൻ മറന്നുപോയതിന്റെ ശിക്ഷ.

"മാപ്പ്...എനിക്കു ജീവിക്കണം.."

ഉള്ളു പിടഞ്ഞു നിലവിളിക്കുന്ന ഒരച്ഛനെ കേട്ടാൽ അവർ വരാതിരിക്കില്ല. കലഹിച്ചു വീട്ടിൽ നിന്നിറങ്ങുമ്പോൾ ഞാൻ കേട്ടു:

"ഇതിലും ഭേദം മരിക്കുന്നതാണ്"

മകളുടെ വാക്കുകൾ അമ്മയും ആവർത്തിച്ചു. ചെറിയ കുട്ടികൾ കരയുക മാത്രം ചെയ്തു.

എന്റെ നാവു കുഴഞ്ഞു ശബ്ദം നേർത്തു വരുന്നു. മകളാണ് ആദ്യം ഓടിയെത്തിയത്. കുട്ടികൾ ഉച്ചത്തിൽ കരയുന്നുണ്ടായിരുന്നു. പിന്നാലെ അവരുടെ അമ്മയും വന്നു. ഞാൻ എന്നും അവളുടെ മുന്നിലെ ഇരുട്ടായിരുന്നിട്ടും അവൾ എന്നെ കണ്ടു. മനസ്സിൽ മായാതെ നിൽക്കുന്ന സ്നേഹമാണ് അവളുടെ കാഴ്ചകൾ. കുറച്ചു നാളായി വീടിന്റെ പറമ്പിൽ കയറ്റിവച്ച വള്ളത്തിലായിരുന്നു എന്റെ രാത്രിവാസം. എനിക്കാഘോഷിക്കാൻ ഞാൻ കണ്ടെത്തിയ സ്വകാര്യലോകം!

കാലുകൾ നിലത്തുറയ്ക്കുന്നില്ല.

ഭൂമി എനിക്കു ചുറ്റും ഇളകിയാടുന്നു,

മക്കളെ ചേർത്തുപിടിച്ച് എനിക്കീ മണ്ണിലൂടെ ഒന്നു നടക്കണം. കൈകൾ ചുറ്റിനും പരതി. ഭാര്യ വായിലേക്കു പകർന്ന വെള്ളം ഒറ്റയിറക്കിനു ഞാൻ കുടിച്ചുതീർത്തു. എന്നിൽ ഒരു കടലോളം തീയുണ്ടെന്നു ഞാനറിഞ്ഞു. മക്കളെ ഞാൻ ആദ്യമായി എന്നോടു ചേർത്തു പിടിച്ചു.

"എനിക്കു മരിക്കണ്ട. ജീവിക്കണം. ആശുപത്രിയിലെത്തിക്കുമോ വേഗം?"

അവരുടെ കണ്ണീരിൽ ഞാനും നനഞ്ഞു. എന്റെ അടുത്ത് ഒഴിഞ്ഞുകിടന്നിരുന്ന വിഷക്കുപ്പി ചെറിയ മകന്റെ കയ്യിൽ! അവൻ അത് ഒരു കളിപ്പാട്ടം പോലെ തിരിച്ചും മറിച്ചും നോക്കി. ഭൂമിയാകെ മരണത്തിന്റെ മണം. കുട്ടികളെ കണ്ടപ്പോൾ എന്റെ തളർച്ച മാറി.

"വള്ളമിറക്ക്.."

മകൾ പറഞ്ഞു,

"അരുത്..അച്ഛൻ പിടിക്കണ്ട.."

കുട്ടികൾ വിലക്കിയെങ്കിലും ഞങ്ങൾ ഒരുമിച്ചു വള്ളം പുഴയിലേക്കിറക്കി. അപ്പോഴേക്കും അയൽക്കാരിൽ ചിലർ ഓടിയെത്തി. കഴിഞ്ഞ നിമിഷം വരെ അവരെല്ലാം തന്റെ ശത്രുക്കൾ. വള്ളം എന്നെയും കൊണ്ടു ദൂരെയുള്ള ആശുപത്രിയിലേക്കു വെള്ളത്തിനു മീതേ പറന്നു. എന്നിട്ടും വേഗം പോരെന്ന് എനിക്കു തോന്നി. മകൻ കുട്ടിയല്ലേ? അവന്റെ കൈയിൽ നിന്നു ഞാൻ തുഴ പിടിച്ചുവാങ്ങി.

ജീവിതത്തിനും മരണത്തിനും ഇടയിലൂടെയുള്ള യാത്ര..മകൻ അപ്പോഴും തുഴയുകയാണ്. പുഴയുടെ നെഞ്ചിൽ അവന്റെ കൈകൾക്കു കൊടുങ്കാറ്റിന്റെ വേഗം!

ഭാര്യ, മക്കൾ, അയൽക്കാർ..

സ്വപ്നത്തിലെന്നപോലെ ഓരോ മുഖവും ഞാൻ കാണുന്നു. സ്നേഹത്തിന്റെ തോണിയിൽ ജീവിതം യാത്ര ചെയ്യുന്നു..

•

29
പുതിയപുലരികൾ

ആരെങ്കിലും പറയാൻ വേണം. എങ്കിലേ പുലർച്ച കാണാൻ കഴിയൂ. വർഷങ്ങൾ കൂടിയിരുന്നാണ് ഇന്നു പ്രഭാതം കണ്ടത്. ഒരു പക്ഷി പാടുമ്പോൾ കാടുണരും എന്നാണല്ലോ. ആ പക്ഷിയെത്തന്നെയാണു ഞാനും കേട്ടത്. പുലരിയുടെ ആദ്യത്തെ സംഗീതം.

എവിടെയായിരുന്നു ഞാൻ ഇതുവരെ? സമയം തെറ്റിയുള്ള ജീവിതത്തിൽ രാത്രിയും പകലും തിരിച്ചറിഞ്ഞിരുന്നില്ല. ഉദയാസ്തമയങ്ങൾ വന്നുപൊയ്ക്കൊണ്ടിരുന്നു. പക്ഷികൾ പാടുകയും കാടുണരുകയും ചെയ്തിരുന്നു. തിരക്കിൽ നിന്നു തിരക്കിലേക്കുള്ള തന്റെ ലോകത്തു വേഗം പോരെന്നു തോന്നിയിരുന്നു. ജീവിതം ലാഭനഷ്ടങ്ങളുടെ കണക്കു മാത്രമായി. കണക്കുകൾ കൂട്ടുന്നതു ലാഭത്തിനു വേണ്ടി മാത്രം. കണക്കു പിഴയ്ക്കരുത്. അതിനുള്ള ഉപാധികളേ മനസ്സിലുണ്ടായിരുന്നുള്ളു. ജീവിതത്തിൽ നിന്നു ചിരിയും കളിയും ഇറങ്ങിപ്പോയി. നിലാവും നക്ഷത്രങ്ങളും ഇറങ്ങിപ്പോയി. പകലും രാത്രിയും ഒരുപോലെയായി.. ഞാൻ എന്നെ കേൾക്കാത്ത അകലങ്ങളിലേക്കു മറഞ്ഞുകഴിഞ്ഞിരുന്നു. ഡോക്ടറെ കണ്ടു മടുത്തു. വീട്ടുകാർ ചികിത്സിക്കാൻ ഇനി എന്നെയും കൊണ്ടു പോകാത്ത ഇടങ്ങളില്ല. അവരുടെ മുഖഭാവം അതു പറയുന്നുണ്ട്. ഓരോരുത്തരെയും കാണുമ്പോൾ ഞാൻ പറയും:

'ഇതല്ല ഞാൻ..ഇതല്ല ഞാൻ.. ഞാൻ വേറെ ആരോ..'

എത്ര ഉറക്കെപ്പറഞ്ഞിട്ടും എന്നെ ആരും കേൾക്കുന്നില്ല. ഞാൻ ഒന്നും മിണ്ടുന്നില്ല എന്നാണ് അവരുടെയെല്ലാം പരാതി. എനിക്ക് എന്നെ വേണം. ഡോക്ടറോടു മാത്രമല്ല കാണുന്ന എല്ലാവരോടും എന്റെ മനസ്സു പറഞ്ഞു.

"നീ ഇനി ഒരിക്കലും മിണ്ടില്ലെന്നാണോ?"

പ്രായം ചെന്ന അമ്മ സങ്കടപ്പെട്ടു. നിത്യവും ഭാര്യ വിളിക്കും. ആ സമ

യത്തെ മനസ്സുപോലെയാണ് അവളുടെ പെരുമാറ്റം. ചിലപ്പോൾ കരയും. ചിലപ്പോൾ ചിരിക്കും. അവളോടെന്തെങ്കിലും തിരിച്ചു ഞാൻ പറയുമെന്നു മോഹിച്ച് അവൾ എന്നോടു സംസാരിച്ചുകൊണ്ടേയിരിക്കും. കൺപീലി പോലും അനക്കുവാൻ കഴിയാത്ത ഞാൻ എല്ലാം കേൾക്കും. എങ്ങനെ തിരിച്ചു പറയണമെന്നറിയാതെ...

ഒരു വീഴ്ച മതി, എല്ലാം നിശ്ചലമാകാൻ. പിന്നെ മനസ്സു പറയണം ഞാൻ ഉണ്ടോ ഇല്ലയോ എന്ന്!

"മസ്തിഷകം പോയീന്നാണു ഡോക്ടർ പറയുന്നത്.."
സന്ദർശകർ എന്നോടുള്ള സഹതാപം പങ്കുവയ്ക്കുന്നു.
അമ്മ, സഹോദരങ്ങൾ, ഭാര്യ, കുട്ടികൾ..എല്ലാവരും എന്നെ വിളിക്കുകയാണ്! ഒരു നാടു മുഴുവനും ഞാനുണരുന്നതും കാത്ത്..

ഒന്നുമറിയാതെ പേരക്കുട്ടികൾ എന്റെ ചുറ്റിനും തുള്ളിച്ചാടി കളിച്ചുനടക്കുന്നു. അവർക്ക് എല്ലാം കളിയാണ്. എന്റെ മൗനവും ഞാനും എല്ലാം..

അവർ എന്റെ കൈയിൽ പിടിച്ച് എന്നെയും കൊണ്ടു പറന്നു. അവരോടൊപ്പം ഞാനും. അവർ ദൂരേക്കു കൈ ചൂണ്ടി.

"അതാ!"
എന്റെ മുമ്പിൽ പ്രഭാതം ഉണർന്നുതുടങ്ങി..!

•

30
സ്വപ്നങ്ങൾ കണ്ടുതീരാത്ത ബാല്യം

ഒരിക്കൽ മരിക്കും എന്നറിയുന്ന ഒരേയൊരു ജീവി മനുഷ്യനാണ്. എന്നിട്ടും അവൻ മരണത്തിന്റെ ഉപാസകനാകുന്നു! എല്ലാം ജീവിതത്തിന്റെ പേരിൽ; ജീവിക്കാതിരിക്കുന്നതും. പ്രകൃതിയിലെ ഏറ്റവും ഇരുണ്ട വൈരുദ്ധ്യങ്ങളുടെ പേരാണോ മനുഷ്യൻ? ഓരോന്നോർത്തോർത്തു മുത്തച്ഛൻ പുറത്തിരുന്നു തന്റെ ആയുധത്തിനു മൂർച്ച കൂട്ടി. കുഞ്ഞ് മയക്കത്തിലാണ്. അമ്മയുടെ നെഞ്ചിലെ ചൂടേറ്റു സ്വപ്നങ്ങൾ കാണുന്ന നിഷ്കളങ്കമായ ബാല്യം. ആദ്യനാളുകളിൽ കുഞ്ഞിനു വീടും നാടുമുണ്ടായിരുന്നു. കുഞ്ഞിനൊപ്പം കിടക്കാൻ അച്ഛനും അമ്മയും സഹോദരങ്ങളും സ്നേഹത്തോടെ മത്സരിച്ചു. മുത്തശ്ശി കഥ പറഞ്ഞും പാട്ടു പാടിയും വീടിനെ ഉറക്കുകയും ഉണർത്തുകയും ചെയ്തു. ഇപ്പോഴും മുത്തശ്ശി പാടുകയാണ്. കണ്ണീരിന്റെ നനവുള്ള പാട്ട്.

മുത്തച്ഛൻ നിലാവു മായുന്നതും ആകാശം ഇരുണ്ടുമൂടുന്നതും കണ്ടു കണ്ണു പൂട്ടാതെ കാവലിരുന്നു. ഊരിൽ എല്ലാം ആദ്യം അറിയുന്നതു മുത്തച്ഛനാണ്. ഒരു ഇലയനക്കം പോലും വായിച്ചെടുക്കാൻ ജീവിതം മുത്തച്ഛനെ പഠിപ്പിച്ചിട്ടുണ്ട്.

“വരൂ..നമുക്കിറങ്ങാം. അവരെ വിളിച്ചോളൂ..”

എപ്പോഴും കയ്യിൽ കരുതുന്ന ആയുധവുമായി മുത്തച്ഛൻ മുമ്പേ നടന്നു. കൂടെ മുത്തശ്ശിയും മക്കളും പേരക്കുട്ടികളും ഉണ്ട്. പകൽവെളിച്ചത്തിൽ നടക്കുവാൻ അവർക്കു വഴികളില്ല. രാത്രി ഇരുട്ടിന്റെ മറ പറ്റി അവർ നടക്കും. കാട്ടുവഴികളിലൂടെയാണു ഏറെയും യാത്ര. അങ്ങു ദൂരെ പുഴയുടെ മറുകരയെത്തണം. തീരമെത്തിയാൽ മുള വെട്ടി ചങ്ങാടമുണ്ടാക്കി അതിൽ വേണം മറുകരയെത്താൻ.

“വേഗം..അവർ നമ്മളെ കാണും മുമ്പേ..”

മുത്തച്ഛൻ തിടുക്കം കൂട്ടി. അവിടെയെത്താൻ വൈകുന്ന ഓരോ നിമി

ഷവും തങ്ങളുടെ ജീവൻ അപകടത്തിലാണെന്ന് അവർക്കറിയാം. കൂടെയുള്ളവർ എല്ലാം ഇട്ടെറിഞ്ഞിട്ടു പോയപ്പോൾ കൂടെച്ചെല്ലാൻ വിളിച്ചതാണ്. അന്നു പോകാൻ മടിച്ചു. പതിറ്റാണ്ടുകളായി ജീവിച്ച ഈ മണ്ണു വിട്ടുപോകാൻ അവർക്കു മനസ്സു വന്നില്ല. ചുറ്റുപാടുകളോടുള്ള സ്നേഹമായിരുന്നു സ്വന്തം ജീവനെക്കാൾ അവർക്കു വലുത്. എപ്പോഴും കഥയും പാട്ടുമായി നടക്കുന്ന മുത്തശ്ശിയെ കാടും നാടും ഒരുപോലെ ഇഷ്ടപ്പെട്ടിരുന്നു. എല്ലാവരെയും മനുഷ്യരായി കാണുന്ന മനസ്സായിരുന്നു അവരുടെ സന്തോഷം. എത്ര പെട്ടെന്നാണ് എല്ലാം മാറിപ്പോയത്..

എന്തിനായിരുന്നു ഈ കലാപങ്ങൾ.. ജീവൻ പൊലിയുന്ന പോർവിളികൾ..? ഇന്നു നാടില്ല. മിത്രങ്ങളില്ല. എല്ലാവരും പരസ്പരം ശത്രുക്കൾ! ഒരു വീട്ടിലുള്ളവരെപ്പലെ നാട്ടിൽ കഴിഞ്ഞവർ. നമ്മുടെ മണ്ണും മലയും പുഴയും ഒക്കെ പിടിച്ചെടുക്കാൻ അവർ വരുന്നു എന്ന് ആദ്യം ആരോ പറഞ്ഞു. വിശ്വസിച്ചില്ലെങ്കിലും കേട്ടതു സത്യമായിരുന്നു. എല്ലാം അധീനത്തിലാക്കുക എന്നതുമാത്രമായിരുന്നില്ല അവരുടെ ലക്ഷ്യം. ഉന്മൂലനം- അതായിരുന്നു അവരുടെ ലക്ഷ്യം. ജാതിയും മതവും വംശവും ഗോത്രവും.. മരണത്തിന്റെ പട്ടിക കടന്നുപോയ വഴികൾ..!

“അരുതേ..നമ്മളെല്ലാം മനുഷ്യർ..” സഹവാസികളോടു പറയുവാൻ ശ്രമിച്ചു. എന്നും അങ്ങനെമാത്രം കരുതുകയും ചെയ്തു. മരണം ആഘോഷമായി ചുറ്റിനും നൃത്തം ചെയ്യുമ്പോൾ ആര് ആരെ കേൾക്കാൻ? സംശയമില്ല, കൊന്നും ചത്തും മനുഷ്യരാശി ഈ ഭൂമുഖത്തുനിന്നും അപ്രത്യക്ഷമാകും. സ്വയം ഇല്ലാതാകുന്ന ഒരേയൊരു ജീവി മനുഷ്യൻ മാത്രം! ഇന്നലെ വരെ സ്വന്തം എന്നു കരുതിയവർ ഇന്നു ശത്രുക്കളാകുമ്പോൾ ഇതുവരെ ആർക്കും കണ്ടെത്താനാവാത്ത ഏതോ ഇരുണ്ട ഭൂഖണ്ഡം മാത്രമാണു മനുഷ്യൻ എന്നു തോന്നിപ്പോകുന്നു! അന്ന് ആദ്യമായി മുത്തച്ഛൻ മനുഷ്യനായി പിറന്നുപോയതിൽ വിലപിച്ചു! ഇപ്പോഴും മനസ്സിൽ ബാക്കിനിൽക്കുന്ന സ്നേഹത്തെ എങ്ങനെ വിശ്വസിക്കും?

മഴ പെയ്തു തുടങ്ങി. ഒപ്പം ആഞ്ഞുവീശുന്ന കാറ്റുമുണ്ട്. രാത്രി കൂടുതൽ ഇരുണ്ടു. കാട്ടുവഴികൾ പെരുമഴയിൽ മാഞ്ഞുപോകുന്നു. ഏതു നിമിഷവും അവർ എത്താം. എല്ലാം ഉപേക്ഷിച്ചുപോയാലും പിന്നാലെ അവരുണ്ട്. തങ്ങൾ ജീവിക്കാൻ അർഹതയില്ലാത്തവരാണ് എന്നവർ തീരുമാനിച്ചിരിക്കുന്നു! എന്നിട്ടും ഞങ്ങൾ അവരെ സ്നേഹിക്കാൻ ശ്രമിച്ചു, എന്നും.. അമ്മയുടെ ചൂടേറ്റു സ്വപ്നങ്ങൾ കണ്ടുറങ്ങുന്ന കുഞ്ഞ്. എന്തായിരിക്കാം ആ സ്വപ്നങ്ങൾ? മുത്തച്ഛൻ കുഞ്ഞിനെ തൊട്ടു മുന്നോട്ടു നടന്നു..

•

31
ബന്ധങ്ങൾ ജീവിതത്തോടു പറഞ്ഞത്

നടക്കുമ്പോൾ ആടിത്തുടങ്ങുന്ന ഒരു മുളപ്പാലമായിരുന്നു ആ നാട്ടുതോടിന്റെ ഇരുകരകളെയും ചേർത്തുനിർത്തിയത്. തൊമ്മച്ചൻ തന്റെ പിതാവിന്റെ കാലശേഷം കട ഏറ്റെടുത്ത് അധികം വൈകാതെ അവിടെ ഒരു പാലം വന്നു. മുമ്പ് ആളുകൾ ചുറ്റിക്കറങ്ങിയാണു കട യിലേക്കു വന്നിരുന്നത്.

"എന്റെ തൊമ്മാ, നിനക്കെങ്കിലും ഇവിടൊരു പാലമിടരുതോ..?" തന്നെക്കാൾ മുതിർന്ന ചിലരുടെ ആവലാതികൾ തൊമ്മച്ചൻ കേട്ടു. തന്റെ നാട്ടുകാർ അധികം നടന്നു വിഷമിക്കാതെ പെട്ടെന്നു വന്നു പോകാൻ ഒരു പാലം നല്ലതാണെന്നു തൊമ്മച്ചനും തോന്നിയിരുന്നു. 'നാട്ടിൻപുറത്തിന്റെ വാക്കും ലിപികളും ശബ്ദവുമില്ലാത്ത സ്നേഹ മാണു പാലം!' എന്ന് ഉള്ളിലിരുന്ന് ആരോ പറഞ്ഞുവോ? വൈകാതെ മുളയുള്ള വീട്ടിൽ ചെന്നു രണ്ടു മുളകൾ ചോദിച്ചുവാങ്ങി തലയിൽ ചുമന്നു തിരിച്ചുവരുമ്പോൾ വഴിയിൽ കണ്ട ചിലർ ചോദിച്ചു:

"എന്താ തൊമ്മാ, വിശേഷം വല്ലതും?"

തിരിഞ്ഞുനോക്കാതെ തൊമ്മച്ചൻ ചിരിച്ചു. പാലം വന്നപ്പോൾ കുബു ദ്ധികളായ ചിലർ പറഞ്ഞു:

" ഇനി തൊമ്മച്ചന്റെ കടേൽ കച്ചവടം കൂടുമല്ലോ."

അങ്ങനെയൊന്നും അയാൾ ചിന്തിച്ചിരുന്നതേയില്ല. മനുഷ്യർക്ക് എന്താണു തോന്നിക്കൂടാത്തത്? തോന്നലുകൾക്ക് ഒരു പേരില്ലല്ലോ.

അതൊരു തുടക്കം മാത്രമായിരുന്നു. മുളപ്പാലമല്ലേ? രണ്ടു മുള കൾ ചേർത്തുകെട്ടി, നടുവിൽ ഒരു താങ്ങും കൊടുത്തു നിർത്തിയിട്ടും ആളുകൾ കയറുമ്പോൾ പാലത്തിന് ഒരാട്ടമുണ്ട്.

"പേടിക്കാതെ സൂക്ഷിച്ചു നടന്നാൽ ആരും വീഴുകയില്ല. കുറച്ചു ദിവസങ്ങൾ കഴിഞ്ഞാൽ കാലുകൾക്ക് അതൊരു ശീലമായി ക്കൊള്ളും."

ഒരു മുന്നറിയിപ്പു പോലെ തൊമ്മച്ചൻ കടയിൽ വരുന്നവരോടായി പറഞ്ഞു. എങ്കിലും ചിലരൊക്കെ വീണുകൊണ്ടിരുന്നു. അതു കണ്ട് വീഴുന്നവരും വീഴാത്തവരും തൊമ്മച്ചനെ വായിൽവരുന്നതൊക്കെ വിളിച്ചുപറഞ്ഞു!

"തൊമ്മന്റെ ഒരു പാലം. ഇവൻ അപ്പന്റെ പേരു കളയും.."

നല്ലതുപോലെ വീണവർക്കാണ് ഏറെ കലിതുള്ളൽ. അന്നുരാത്രി പാലം തോട്ടിലൂടെ ഒഴുകിനടക്കും. കറവക്കാരി തങ്കയുടെ മകൻ പുലർച്ചെ പാലുമായി കടമുക്കിലെത്തും. അമ്മയെ സഹായിക്കാൻ കൂടെയെത്തുന്നതാണവൻ. ഒഴുകിനടക്കുന്ന പാലം കണ്ടാൽ അതു കെട്ടിവലിച്ചു തൊമ്മച്ചന്റെ അടുത്തെത്തിക്കും. അവനതു നിർബ്ബന്ധ മാണ്. പാലത്തിൽ ഓടിനടക്കാനും അഭ്യാസങ്ങൾ കാട്ടാനും അവനു നല്ല വിരുതായിരുന്നു. വീണവർ മാത്രമല്ല വള്ളക്കാരും ചിലപ്പോൾ പാലം വലിച്ചു വെള്ളത്തിലിട്ടിരുന്നു.

"വള്ളം പോകേണ്ട നാട്ടുതോട്ടിലാണോടാ നിന്റെയൊക്കെ ഒരു പാലം..?"

ഇങ്ങനെയുള്ള ശകാരങ്ങൾ കേൾക്കുന്നതു തൊമ്മച്ചനു ശീലമായി.

കടഭാഗത്ത് ആരെങ്കിലും വഴക്കുകൂടിയാലും പാലം വെള്ള ത്തിൽ ഒഴുകിപ്പോകും! മദ്യപിച്ചു ലക്കുകെട്ട് എത്തുന്നവർക്കും പാലം കാണുമ്പോൾ തൊമ്മനെ രണ്ടു പുലഭ്യം പറയണം. കടയിൽ നിന്നു കടം പറഞ്ഞു സാധനങ്ങൾ വാങ്ങുന്നവർക്കായിരുന്നു പരാതികൾ ഏറെയും. പതിവായി വന്നിരുന്ന പലരും ആ വഴി വരാതെയായി. ഇതി നിടയിൽ പാലം മുളയിൽ നിന്നു കവുങ്ങിൻതടിയിലേക്കും പിന്നെ, തെങ്ങിൻതടിയിലേക്കും മാറി.

"തടികളെല്ലാം കുറച്ചുകഴിയുമ്പോൾ ജീർണ്ണിച്ചുപോകും. ഒരു കോൺക്രീറ്റുപാലം വന്നിരുന്നെങ്കിൽ..!"

തന്റെ ആഗ്രഹം തൊമ്മച്ചൻ തെരഞ്ഞെടുപ്പിൽ ജയിച്ചവരോടും തോറ്റ വരോടും പറഞ്ഞു. ആരും ചെവിക്കൊണ്ടില്ല. അധികം പഠിപ്പില്ലാത്ത തൊമ്മച്ചനു പാലമാണു തന്റെ പള്ളിക്കൂടം എന്നു തോന്നിയിരുന്നു. എന്തെല്ലാമാണു പാലം തന്നെ പഠിപ്പിച്ചത്!

"എല്ലാ ജീവികളും ചീയുമ്പോഴേ നാറൂ..എന്നാൽ ചീയാതെ നാറുന്ന ഏകജീവി മനുഷ്യനാണ്.."

ചെറുപ്പത്തിൽ തന്റെ ഗുരുനാഥൻ പറഞ്ഞതു തൊമ്മച്ചൻ ഓർത്തു. പാലം വന്നതിനു ശേഷമാണു മനുഷ്യർ തമ്മിലുള്ള അകലം കൂടി യത്! ബന്ധങ്ങൾ കുറഞ്ഞത്! മതി, പുതിയ പള്ളിക്കൂടത്തിലെ തന്റെ പഠിപ്പു നിർത്തുകയാണ്. കടയിൽ നിന്നും കടം വാങ്ങി പോയവരാരും പിന്നെ ആ വഴിക്കു വന്നില്ല. അറിയുന്ന പണിയല്ലേ ചെയ്യാൻ പറ്റൂ..?

കടം വാങ്ങിയും തൊമ്മച്ചൻ ഒരുവിധം കട നടത്തിപ്പോന്നു. ഒരു ദിവസം കട നിന്നു. അപ്പന്മാരുടെ കാലം മുതലേ നടന്നുവന്നിരുന്ന കട! പാലം കയറാതെയും തൊമ്മച്ചൻ വീണു!

•

32
കടത്തുകാരൻ

"മനുഷ്യനും ഈ കാണുന്ന സകലമാനജീവജാലങ്ങളും ഉണ്ടാകുന്നതിനു മുമ്പേ ഭൂമിയിൽ കണ്ണാടി ഉണ്ടായിരുന്നു. ആകാശം മുഖം നോക്കിയിരുന്നത് ഈ കണ്ണാടിയിലായിരുന്നു. മനുഷ്യർ അതിനൊരു പേരിട്ടു- പുഴ!" കടത്തുകാരൻ കുട്ടികളോടു കഥ പറഞ്ഞുകൊണ്ടു വള്ളം തുഴഞ്ഞു.

"ഇതാ, നമ്മുടെ മുഖം!"

കുട്ടികൾ അത്ഭുതം കൊണ്ടു. സ്വന്തം മുഖം മാത്രമല്ല ആകാശത്തെയും അവർ പുഴയിൽ കാണുന്നുണ്ടായിരുന്നു. കൈക്കുമ്പിളിൽ വെള്ളമെടുത്തു കുട്ടികൾ മുഖത്തോടു ചേർത്തു.

"ഇതിൽ നമ്മളുണ്ട്"

കുട്ടികളുടെ മനസ്സു മന്ത്രിച്ചതേയുള്ളു, കടത്തുകാരൻ ഉച്ചത്തിൽ അതേറ്റു പറഞ്ഞു:

"അതെ, ഇതിൽ നമ്മളുണ്ട്!"

നമ്മൾ മനസ്സിൽ വിചാരിച്ചത് എങ്ങനെയാണു കടത്തുകാരൻ അറിയുന്നത്? കുട്ടികൾക്കു വീണ്ടും അത്ഭുതമായി.

"പുഴയുടെ മനസ്സറിയുന്നവർ എല്ലാമറിയുന്നു!"

കുട്ടികൾ ചോദിക്കാതെതന്നെ അതിനും മറുപടി പറഞ്ഞുകൊണ്ടു കടത്തുകാരൻ കുട്ടികൾക്കിറങ്ങേണ്ട കടവിൽ വള്ളമടുപ്പിച്ചു.

"വിട.."

കുട്ടികൾ കൈ കൂപ്പി.

"അരുതേ..പുഴയ്ക്കു വിടയില്ല..!"

കടത്തുകാരൻ അതു പറയുമ്പോഴേക്കും അടുത്ത യാത്രക്കാരെയും കൊണ്ടു പുഴ കടക്കുകയാണ്.. •

33
ഇന്ന്

സൗഹൃദത്തിന്റെ ആഴമളക്കാൻ ഒരു ജീവിതം പോരെന്ന് എനിക്കു പലപ്പോഴും തോന്നിയിരുന്നു. ഈ ലോകം സ്നേഹമാണ്. അതു വളർന്നുകൊണ്ടേയിരിക്കുന്നു, ജൈവികമായ ഒരു പാഠം പോലെ. പ്രകൃതിയുടെ നിയമവും സൗന്ദര്യവുമാണത്. വൈവിദ്ധ്യങ്ങളുടെ സമന്വയം. ആ കനിവിന്റെ കണികകളായി ഇവിടെ നമ്മളും വന്നുപോകുന്നു. അവിടെ ഞാനും നീയും ഒരേ സത്യത്തിന്റെ സാങ്കല്പികമായ ചില അനുബന്ധങ്ങൾ മാത്രം. നമ്മൾ..അതാണു ശരി. മാഞ്ഞുപോകാത്ത കാല്പാടുകളിൽ നിന്നാണു മനുഷ്യന്റെ തുടർച്ച.

"നീ ഇതൊക്കെ ഇപ്പോൾ ഓർമ്മിക്കാൻ കാരണം?"

സുഹൃത്തിന്റെ നിർവ്വികാരമായ ചോദ്യം. ഓരോ നിമിഷവും അവന്റെ ശബ്ദവും മുഖവും മാറുകയാണ്. അവൻ മറ്റാരോ ആയി മാറിക്കൊണ്ടിരിക്കുന്നു.. ഇന്നലെകളിൽ അവൻ എന്നോടു പറഞ്ഞതു ഞാൻ ആവർത്തിക്കുകയായിരുന്നു. അവനറിയണം, അവൻ മറന്നതെന്തെന്ന്. ഓരോ മറവിയിലും ഒരു ചരിത്രത്തിന്റെ അവസാനമുണ്ടെന്ന് അവനറിയണം. എന്റെ ഓർമ്മകളെ അവൻ ഭയക്കുന്നതായി എനിക്കു തോന്നി.

"ഇന്നലെയെന്നോ ഇന്നെന്നോ സ്നേഹത്തിന് അതിരുകളില്ല. എല്ലാ സ്വപ്നങ്ങളും കൂടിച്ചേരുന്നതാണു നമ്മൾ. നമ്മുടെ ലോകം. അത് ഒന്നായിരിക്കണം. ..എന്നും.."

എന്നെ കേട്ടിട്ടും കേൾക്കാതെ അവൻ എവിടെയോ മറഞ്ഞു.

"നിന്റെ പേരാണു നമുക്കിടയിലെ അകലം. നിന്റെ മതം പറയുന്നു, നീ എന്റെ ശത്രുവാണെന്ന്.."

ദൂരെ എവിടെയോ നിന്ന് അവന്റെ ശബ്ദം മാത്രം ഞാൻ കേട്ടു.

•

34
ഓർമ്മകളുടെ വഴികൾ

"ഒടുവിൽ സ്വന്തം വീട്ടിലേക്കു തിരിച്ചെത്തി. ഓർമ്മകളുടെ മുറ്റത്ത്!"
സന്തോഷത്തിന്റെ വാക്കുകൾ പകർന്ന ചിരിയുമായി അയാൾ എന്റെ അരികിലേക്കു വന്നു. ആരാണിയാൾ? ഞാൻ ആദ്യമായി കാണുകയാണോ? ഇയാൾ എന്റെ സുഹൃത്തോ, അയൽക്കാരനോ, ബന്ധുവോ..? കുറെയേറെ ചോദ്യങ്ങളായി അയാൾ എന്റെ മുമ്പിൽ നിൽക്കുന്നു.

"നാടു വിട്ടിട്ടു പതിറ്റാണ്ടുകൾ കഴിഞ്ഞു, അല്ലേ?"
അയാൾ എന്നെ നന്നായി അറിയുന്നു. എല്ലാം അറിഞ്ഞുള്ള ചോദ്യങ്ങൾ. എന്നിട്ടും ഞാൻ അയാളെ അറിയുന്നില്ല. അപ്പോഴും ഞാൻ ഇരുട്ടിൽ തപ്പുകയാണ്. അയാൾ പറഞ്ഞുതുടങ്ങി:

"ബാല്യത്തിനും വാർദ്ധക്യത്തിനുമിടയിലെ നഷ്ടപ്പെട്ട ഓർമ്മകളാണ് നമുക്കിടയിൽ ഈ കാണുന്ന മാറ്റം."
അയാൾ എന്റെ വീടിരുന്ന സ്ഥലത്തിനു മീതേ ഉയർന്നു നിൽക്കുന്ന കെട്ടിടത്തിലേക്കു വിരൽ ചൂണ്ടി.

"ഇന്നതു നമ്മുടെയല്ല. ഇവിടെ, ഓർമ്മകളിൽ മാത്രമേ നമുക്കു വീടുള്ളു. പല കൈ മറിഞ്ഞു. ആരൊക്കെയോ വന്നു. പുതിയ താമസക്കാർ. ഈ നാട്ടിലെ ഓരോ വീടിനും ഇപ്പോൾ പുതിയ അവകാശികളാണ്. നാട്ടിൻപുറത്തെ വഴികളെല്ലാം റോഡായി മാറിയപ്പോൾ വയലും നികന്നു. അതിനു മീതേ നിറയെ കെട്ടിടങ്ങൾ. അയൽക്കാരൻ പോയപ്പോൾ വയലും പോയി.. പുറത്തുള്ളവർ മടി നിറയെ പണവുമായി വന്നു മണ്ണിനു വില പറഞ്ഞു. മണ്ണിനു വില പറയുന്നിടത്തു മനുഷ്യൻ തോൽക്കുകയാണെന്നറിയാതെ കച്ചവടം ആഘോഷമായി മാറി. എല്ലാവരും പോയി, മനുഷ്യൻ തോൽക്കുന്ന ഇടങ്ങളിലേക്ക്..! ഇന്ന് ആരും ആരെയുമറിയാത്ത തിരക്കാണു ജീവിതം! മനുഷ്യനിൽ നിന്നു മനുഷ്യൻ അകന്നുപോകുന്ന അകലങ്ങളുടെ വേഗം!"

അയാൾ ചുറ്റുപാടും നോക്കി. എന്റെ കണ്ണിലെ കാഴ്ചകളാകുവാൻ.

"ഈ കണ്ട മാറ്റങ്ങൾക്കെല്ലാം എന്റെ പ്രായം സാക്ഷി!"

അയാളുടെ മുടിയും താടിയും എന്റേതുപോലെ നരച്ചിരുന്നു. പ്രായത്തിൽ എന്റെ അനുജനാവാം. അച്ഛനും അമ്മയും ഇളയ സഹോദരങ്ങളും നിറയെ ബന്ധുക്കളുമുള്ള വീട്ടിൽ നിന്നായിരുന്നു എന്റെ ഒറ്റയ്ക്കുള്ള യാത്ര.

"വരൂ..ഓർമ്മകളുടെ വഴികളിലൂടെ നമുക്കു നടക്കാം."

അയാൾ എന്റെ കൈ പിടിച്ചു. സ്നേഹത്തിന്റെ നനവുള്ള കാറ്റിലൂടെ ഞങ്ങൾ നടന്നു.

"അറിയുന്നവർ പരസ്പരം ചേരുമ്പോഴേ നമ്മൾ ഉള്ളു.."

അയാളുടെ വാക്കുകളിൽ ഒറ്റയായിപ്പോകുന്ന മനുഷ്യന്റെ ദുഃഖം. ഒരു നിമിഷം പെട്ടെന്നയാൾ നിന്നു. എന്നെ പ്രതീക്ഷയോടെ തുറിച്ചുനോക്കി. എന്റെ ഇരുകരങ്ങളും ചേർത്തുപിടിച്ച് അയാൾ വിതുമ്പി.:

"എന്റെ പേരൊന്നു പറയുമോ? ഞാനതു മറന്നു..!"

•

35
ഇരുട്ട്

"ഉദ്ദിഷ്ടകാര്യം നടക്കണം. അത്രയേ ഉള്ളു.."

ഞാൻ ആഗ്രഹിച്ചതു ജ്യോത്സ്യൻ ഭാസ്കരൻ നായരോടു പറഞ്ഞു. തടസ്സം എന്താണെന്നറിയാൻ അദ്ദേഹം തന്റെ കവടി നിരത്തി.

"പ്രശ്നവിധികൾ ശുഭമല്ല എന്നു കാണുന്നു."

സ്വന്തം നാട്ടുകാരനായ എന്നെ ആദ്യമായി കാണുന്നതുപോലെ കണ്ണുകൾ കൊണ്ടുഴിഞ്ഞ് അയാൾ എന്നെ രൂക്ഷമായി നോക്കി. മുറിയിലെ നിലവിളക്കിന്റെ വെളിച്ചത്തിൽ അയാളുടെ കണ്ണുകൾ കൂടുതൽ ചുവന്നിരുന്നു. വിളക്കിനടുത്തായി കത്തിച്ചുവച്ച ചന്ദനത്തിരിയുടെ മണവും പുകയും അവിടെയാകെ നിറഞ്ഞു. ജ്യോത്സ്യൻ വീണ്ടും കളം വരച്ചു രാശിയുടെ സ്ഥാനപ്പൊരുൾ തേടി. കണ്ണുകളടച്ചു ധ്യാനത്തിൽ മുഴുകി. അവ്യക്തമായി മന്ത്രങ്ങൾ ഉരുവിട്ടു. കൈമണി കിലുക്കി. നിലവിളക്കിന്റെ തിരി കെടുത്തി. അയാൾ അലറി

"പോ!"

എനിക്കു മീതേ ഭസ്മം ചിതറിവീണു. അയാളുടെ മാന്ത്രികഭാഷ എനിക്കു മനസ്സിലായില്ല. വല്ലപ്പോഴും നാട്ടുവഴികളിൽ വച്ചു കണ്ടുമുട്ടിയാലും ശരവേഗത്തിൽ അയാൾ കടന്നുപോകും. ആരോടും നിന്നു സംസാരിക്കാറില്ല. സ്വന്തം വാഹനത്തിലായിരിക്കും യാത്രകളേറെയും. നേരിൽ കണ്ടു സംസാരിക്കണമെങ്കിൽ വീട്ടിലേക്കു ചെല്ലണം. 'ഭാസ്കരൻ നായർ ജ്യോതിഷാലയം' എന്ന വലിയ ബോർഡു വീടിന്റെ ഉമ്മറത്തു തലയുയർത്തി നിന്നു.

"പോ!"

ജ്യോത്സ്യൻ വീണ്ടും അലറി, കണ്ണുകൾ തുറക്കാതെ. എന്നെ കാണണ്ട എന്നായിരിക്കാം. അല്ലെങ്കിൽ ദോഷങ്ങളൊഴിവാക്കാനുള്ള ഭർത്സന മുറ. ഞാൻ വേഗം പുറത്തേക്കിറങ്ങുവാൻ ഭാവിച്ചു. അയാൾ കൈ ഉയർത്തി വിലക്കി.

"അശോകാ.."

എന്റെ പേരു വിളിച്ചു. ഞാൻ അല്പം മടിച്ചാണെങ്കിലും തിരിഞ്ഞുനിന്നു. സൗമ്യഭാവം.

"ഇരിക്ക്.."

ഞാൻ സാവധാനം ഇരുന്നു. ചാണകം മെഴുകിയ തറയിൽ പായ വിരിച്ചിട്ടുണ്ട്, ആഗതർക്കിരിക്കാൻ. നേരത്തെയും ഞാൻ ഇവിടെത്തന്നെയാണിരുന്നത്. എന്നാലും പുതിയൊരു സ്ഥലത്തെത്തിയതുപോലെ എനിക്കു തോന്നി. അയാൾ അപ്പോൾ മന്ത്രവാദിയോ ജ്യോത്സ്യനോ ആയിരുന്നില്ല. ഭാസ്കരൻ നായർ ചിരിച്ചു.

"ജനാലകൾ തുറന്നിട്ടാൽ പുറത്തു നിന്നു കൂടുതൽ വെളിച്ചം കിട്ടും."

പറഞ്ഞുതീരുംമുമ്പേ ജനാലകൾ തുറക്കുന്ന ശബ്ദം. ഭാവപ്പകർച്ചയുടെ നിമിഷാർദ്ധത്തിൽ ഒരാൾ പലതാകുന്നതാണ് നടൻ. ഇയാൾക്ക് ഇങ്ങനെയും ഒരു വേഷമോ?! ഒരേ നാട്ടിൽ ഞങ്ങൾ വീണ്ടും പിറക്കുകയാണ്.

"ഞാനൊരിക്കലും പ്രതീക്ഷിച്ചില്ല, നിങ്ങൾ ഈ പടി കയറുമെന്ന്"

ഭാസ്കരൻ നായരുടെ മുഖവും ഭാവവും വിഷാദത്തിൽ മൂടുന്നതു ഞാൻ കണ്ടു. പെട്ടെന്നു വാക്കുകൾ നിലച്ചുപോയതുപോലെ അയാൾ മൗനിയായി; എന്താണു പറയേണ്ടതെന്നറിയാതെ ഞാനും.

"പരസ്യമായി വരാൻ ഭയന്നവർ ഇരുട്ടിന്റെ മറ പറ്റി ഇവിടേക്കു വന്നിട്ടുണ്ട്, ജ്യോത്സ്യൻ ഭാസ്കരൻ നായരെ കാണാൻ. അവരുടെ പ്രശ്നങ്ങളുടെ കെട്ടഴിക്കാൻ. അപ്പോഴും ഞാനാഗ്രഹിച്ചത് ഇവിടേക്ക് ഒരാൾ മാത്രം വരരുതെന്നാണ്. മനുഷ്യരിലുള്ള എന്റെ പ്രതീക്ഷയായിരുന്നു നിങ്ങൾ. മന്ത്രം ജയിക്കുന്നിടത്തു മനുഷ്യൻ തോൽക്കുമെന്നു നിങ്ങൾ പറഞ്ഞത് ഞാൻ എപ്പോഴും ഓർക്കുമായിരുന്നു."

ജനാലകളുടെ അഴികളിൽ പിടിച്ച് അയാൾ പുറത്തേക്കു നോക്കിനിന്നു. വേദനിക്കുമ്പോൾ ഉള്ളു പിടയുന്ന ശബ്ദം അയാളുടെ ശബ്ദത്തിൽ ഉണ്ട്. എനിക്കതു കേൾക്കാം.

"ജീവിതവും മരണവും ഒരുപോലെ തോൽക്കുന്നിടത്തു മനുഷ്യനെന്താണു പ്രസക്തിയെന്ന് ഒരു നിമിഷം ചിന്തിച്ചുപോയി."

ഞാൻ പറയുന്നത് അദ്ദേഹം കേൾക്കുന്നുണ്ടോ ഇല്ലയോ എന്നെനിക്കറിയില്ല. അയാൾ തുടർന്നു:

പേരും പ്രശസ്തിയുമായി ജ്യോത്സ്യൻ ഭാസ്കരൻ നായർ നാടു നിറഞ്ഞുനിൽക്കുമ്പോഴും ജീവിക്കാനായി കെട്ടിയ വേഷങ്ങൾക്കുള്ളിലും മനസ്സുകൊണ്ടു ഞാൻ നിങ്ങളുടെ വഴികളിലുണ്ടായിരുന്നു, മനുഷ്യനെക്കാണാൻ.

"അശോകാ.."

അയാൾ ദൂരേക്കു നോക്കി എന്റെ പേരു വിളിച്ചു.

"നിങ്ങൾ എവിടെയാ..?"

•

36
ചുമർച്ചിത്രങ്ങൾ

നേരെ ചൊവ്വേ ഒന്നു മരിക്കാൻ പോലും കഴിയാത്തവരുടെ നിരയിലേക്കു താനും വന്നിരിക്കുന്നു. അതാണല്ലോ വെന്റിലേറ്റർ. രോഗിയുടെ പേരിൽ മക്കളെയും ബന്ധുക്കളെയും ശിക്ഷിക്കുന്ന സ്ഥലം, കാണാമറയത്തെ ജീവിതം. യന്ത്രങ്ങളോടൊപ്പമുള്ള സഹ വാസം. അതിനിടയിലൂടെ ഭൂമിയിൽ തൊടാതെ ഓടിനടക്കുന്ന വെള്ള ക്കുപ്പായക്കാരുടെ നിഴലുകൾ. ശ്മശാനമൂകത. ഇതിനെല്ലാം കൂടി അവർ വിലയിടും! നിത്യേന ലക്ഷങ്ങളുടെ ബില്ല്. മരണത്തിന്റെ ചെലവു കൂടുകയാണ്..

കണ്ണാടിക്കപ്പുറം മക്കൾ കാത്തുനിൽക്കുന്നുണ്ട്, അപ്പനെ ഒരു നോക്കു കാണാൻ. വെന്റിലേറ്റർറൂമിലേക്കു സന്ദർശകർക്കു പ്രവേശ നമില്ല. റിസപ്ഷനിലോ വരാന്തകളിലോ തന്നെക്കുറിച്ചുള്ള ഓർമ്മക ളുമായി അവർക്കു കാത്തിരിക്കാം. ജീവിച്ചിരിക്കുമ്പോൾത്തന്നെ വേണ്ട പ്പെട്ടവർക്കെല്ലാം ഞാൻ ഓർമ്മയായി മാറിക്കഴിഞ്ഞിരിക്കുന്നു..

എങ്ങനെയാണു താനിവിടെയെത്തിയത്? വെള്ളത്തിൽ ചവി ട്ടുന്നതുപോലെയായിരുന്നു പുതിയ വീടിന്റെ തറ. നിന്നാൽ നിലത്തു കാലുറയ്ക്കില്ല. ഈ എൺപതാംവയസ്സിലും ആരോഗ്യത്തോടെ ഓടി നടന്നിരുന്ന തന്നെ വീടാണു വീഴിച്ചത്. അപ്പനുമമ്മയ്ക്കും കഴിയാൻ മക്കൾ പണിതുയർത്തിയ പുത്തൻ വീട്!

വെള്ളക്കല്ലിൽ ആയിരുന്നു പണി മുഴുവൻ. എഞ്ചിനീയർ പേരിട്ട ഓരോ മുറിയിലൂടെയും ഞങ്ങൾ -അപ്പനും അമ്മയും- കുട്ടി കളെപ്പോലെ പിച്ച വച്ചു നടന്നു. സൂക്ഷിച്ചില്ലേൽ ആരും വീണുപോ കും. പോളീഷ് ചെയ്തു മിനുസപ്പെടുത്തിയ തറയിലൂടെ എങ്ങനെ നടക്കണമെന്നറിയാതെ ഞങ്ങൾ പകച്ചുനിന്നു. അധികം കാത്തു നിൽക്കാതെ കെട്ടിയോൾ പോയി. അതുമൊരു വീഴ്ചയായിരുന്നു. വീട്ടിൽത്തന്നെ. അതിന്റെ പിന്നാലെ താനും. മരണത്തിലേക്കുള്ള ദൂരം

കുറയ്ക്കുകയാണു മക്കളേ, നിങ്ങൾ പണിയുന്ന ഈ വീടുകളൊക്കെ!

എന്റെ മക്കൾ! ഇപ്പോൾ അവരെന്റെ അരികിലേക്കു വന്നിരുന്നെങ്കിൽ! മനസ്സു വല്ലാതെ പിടയുന്നു. അവരോടു ഞാൻ സംസാരിച്ചുകൊണ്ടിരിക്കുകയാണല്ലോ! എന്റെ ചുണ്ടുകൾ ചലിക്കുന്നുണ്ട്. അടുത്തു നിൽക്കുന്ന വെള്ളക്കുപ്പായത്തിന്റെ നിഴൽ. ആരൊക്കെയോ എന്റെ ദേഹത്തു തൊടുന്നുണ്ട്. ഇതാണു നല്ല സമയം. മക്കളും ബന്ധുക്കളുമെല്ലാം അടുത്തു നിൽക്കുന്നു!

"മോനേ!"

മൂത്തമകനെ ഞാൻ വിളിച്ചു. അവനാണു വീടു പണിയിച്ചത്.

"നിങ്ങൾ എല്ലാം ചെയ്തു. എന്നാലും നമുക്കൊരു കുറവുണ്ട്. പ്രായമായ അപ്പനും അമ്മയ്ക്കും വീഴാതെ ജീവിക്കാൻ കൊള്ളുന്ന ഒരു വീടു വേണം. അതു മാത്രം നമുക്കില്ലാതെ പോയി."

ഞാൻ പറയുന്നത് ആരും കേൾക്കുന്നില്ലെന്നു തോന്നുന്നു. അവർ എന്റെ ചിത്രത്തിൽ മാലയിടുന്ന തിരക്കിലായിരുന്നു..!

●

37
നേർക്കാഴ്ചകൾ

സമയം അറിയാൻ മകൻ രാത്രിയിൽ വിളിക്കുമായിരുന്നു. ഉണരാൻ അവനു ധൃതിയാണ്. പുലരി കാണാനുള്ള ഇഷ്ടം. എപ്പോഴാണു കോഴി കൂവുന്നത്, പക്ഷികൾ ചിലയ്ക്കുന്നത് എന്നൊക്കെ അവനറിയണം. ഉറങ്ങാൻ കിടക്കുമ്പോൾ നൂറു ചോദ്യങ്ങളാണ്. ഉറക്കത്തിലും അവൻ അമ്മയെ വിളിച്ചുകൊണ്ടിരിക്കും. അമ്മയോടൊപ്പമാണ് അവന്റെ കിടപ്പ്. ഊണിലും ഉറക്കത്തിലും രാത്രിയിലും പകലുമെല്ലാം അവന് അമ്മ വേണം. ഉറങ്ങുമ്പോൾ മുറിയിലെ വെളിച്ചം കെടുത്തുന്നത് അവന് ഇഷ്ടമായിരുന്നില്ല. വീട്ടിൽ എല്ലവരും ഇതിന്റെ പേരിൽ അവനോടു വഴക്കിട്ടു.

"അമ്മ കൊടുത്ത ഓരോ ശീലങ്ങൾ..മകനെ വഷളാക്കി.."
ദേഷ്യം കൊണ്ട് അച്ഛന്റെ സ്വരമുയർന്നു. കണ്ണുകൾക്കു മീതേ വെളിച്ചം കനം വയ്ക്കുന്നു. ഉറങ്ങുവാൻ കഴിയാതെ അയാൾ അസ്വസ്ഥനായി.

"അന്ധനായ കുട്ടിയല്ലേ? അവനിഷ്ടമാണെങ്കിൽ വെളിച്ചത്തിന്റെ നിറം അവൻ കണ്ടോട്ടെ.. അതും ഒരു കാഴ്ചയല്ലേ? ഡോക്ടറും അങ്ങനെയാണല്ലോ പറഞ്ഞത്."
അമ്മ മകനു വേണ്ടി വാദിച്ചു. അവനെപ്പോലെ ആ അമ്മയ്ക്കുമറിയാം, വെളിച്ചത്തെ അന്ധത അറിയുന്നുണ്ടെന്ന്!

"കണ്ണുള്ളവർക്കു വെളിച്ചം ഇഷ്ടമല്ലേ?"
മകന്റെ ചോദ്യം.

"അച്ഛൻ ഉറങ്ങിക്കൊള്ളട്ടെ.."
അമ്മ മുറിയിലെ വെളിച്ചം കെടുത്തി.

"നേരം പുലരുമ്പോൾ നമുക്കു പുറത്തു പോകാം. മോനിപ്പോൾ ഉറങ്ങ്.."
അവൻ അമ്മയെ കെട്ടിപ്പിടിച്ചുറങ്ങി. അവൻ ഉറങ്ങുമ്പോഴും അവന്റെ ഉള്ളിൽ അമ്മ ഉണർന്നിരുന്നു. നേരം പുലർന്നാലും അമ്മ കതകു തുറ

ക്കാതെ അവനു പുറത്തുപോകാൻ കഴിയില്ല. കതകിന്റെ കുറ്റിയോളം അവന്റെ കൈ എത്തുമായിരുന്നില്ല. അവൻ വേഗം വളരുവാൻ കൊതിച്ചു. പുലർകാലത്തെ ആദ്യത്തെ പക്ഷി അവനു വേണ്ടി ചിലച്ചു.

"അമ്മേ!"

അച്ഛൻ കേൾക്കാതെ അവൻ ശബ്ദം താഴ്ത്തി വിളിച്ചു. കതകു തുറക്കുന്ന ശബ്ദം! പുലരി വന്ന് അവന്റെ കൈ പിടിച്ചു.

"എന്തു രസമുള്ള കാഴ്ച!"

മുറ്റത്തു വിടർന്നുനിന്നിരുന്ന ഓരോ പൂവിലും അവൻ മൃദുവായി തൊട്ടു. പക്ഷികൾ അവന്റെ അടുത്തുവന്നിരുന്നു പാടി. ശലഭങ്ങൾ അവനു മുത്തം നൽകി.

"നമ്മളെല്ലാവരും വെളിച്ചത്തിന്റെ കൂട്ടുകാർ! എത്ര സുന്ദരമാണ് ഈ ലോകം!"

അവൻ ആകാശത്തോട് ഉറക്കെ വിളിച്ചുപറഞ്ഞു.

മകന്റെ എട്ടാം പിറന്നാളിനായി അമ്മ കാത്തിരുന്നു. അതു കഴിഞ്ഞെങ്കിലേ സർജറിക്കുള്ള സമയമാകൂ. അവനു നേർക്കാഴ്ച കിട്ടാൻ അതുവരെ കാക്കണം. അവൻ ജനിച്ചപ്പോൾ മുതൽ അതിനുള്ള ചികിത്സയിലാണ്. പറഞ്ഞതുപോലെ അതു സംഭവിച്ചു. കാഴ്ച കിട്ടിയപ്പോൾ മകൻ നിർത്താതെ പൊട്ടിക്കരഞ്ഞു. വലിയൊരു സന്തോഷത്തിനായി കാത്തിരുന്ന വീട് ദുഃഖത്തിന്റെ ഇരുട്ടിലേക്കാണ്ടുപോയി.

"ഓരോ പിറവിയും ഒരു കരച്ചിലിൽ നിന്നാണു തുടങ്ങുന്നത്. അവൻ പുതിയ ഒരാളായി ജനിച്ചതല്ലേ? കരയട്ടെ..അവൻ കരയട്ടെ..!"

മറ്റുള്ളവർ അമ്മയെ ആശ്വസിപ്പിച്ചു.

"മോനേ!"

അമ്മ വിളിക്കുമ്പോൾ അവൻ ഭയന്നു.

"നേരം പുലർന്നു നമുക്കുണരണ്ടേ?"

"വേണ്ടാ..ലൈറ്റണച്ചേര്.."

അവൻ കണ്ണുകൾ ഇറുകെയടച്ച്, മൂടിപ്പുതച്ചുകിടന്നു..!

●

38
ശേഷിക്കുന്ന ചില മുഖങ്ങൾ

നവവരനും വധുവും അവരോടൊപ്പം വരന്റെ ആൾക്കാരും സദ്യയുടെ ആദ്യപന്തിയിൽ ഇരുന്നു. വിവാഹത്തിന്റെ മണവും രുചിയും ഇലകളിൽ നിറഞ്ഞു.

"എത്രയോ നാളായി ആലോചനകൾ നടക്കുന്നു ഈയൊരു നിമിഷത്തിനായി.."

പെണ്ണിന്റെ അച്ഛൻ ബന്ധുക്കളുടെ ഇടയിലൂടെ ഓടിനടക്കുമ്പോൾ ഒന്നുകൂടി ചെറുപ്പമായതുപോലെ തോന്നി. സന്തോഷമാണു മനുഷ്യരുടെ ചെറുപ്പമെന്നു മനസ്സു പറയുന്നു. ഇനിയുമുണ്ടല്ലോ താഴെ മൂന്നു പെൺമക്കൾ. തനിക്കു പ്രായമാകാൻ സമയമില്ല. ഓടിനടന്നേ പറ്റൂ. ബന്ധുക്കൾ, സുഹൃത്തുക്കൾ, വളരെക്കാലം കൂടിയിരുന്നു കാണുന്നവർ എല്ലാവരും ഒരുമിച്ചുണ്ട്. നാടും വീടും ഒന്നായിത്തീരുകയാണ്! അതിൽ ഒരാൾ മാത്രം ഊന്നുവടിയിൽ നിവർന്നുനടന്നു, കൂടെയുള്ളവർക്കു നിർദ്ദേശങ്ങൾ നൽകിക്കൊണ്ട്. സ്ഥലത്തെ ഒരു പ്രധാനിക്കു ചേരുന്ന ഭാവവും ഭാഷയും. തോളിൽ കസവു ചാർത്തിയ വേഷ്ടി, അലക്കിത്തേച്ച കസവുമുണ്ടും മുട്ടോളമെത്തുന്ന മേൽക്കുപ്പായവുമാണു വേഷം. സദാ ഗൗരവം സ്ഫുരിക്കുന്ന മുഖത്തു കട്ടിയുള്ള നരച്ച മീശ. പ്രൗഢിയുടെ എല്ലാ പരിവേഷങ്ങൾക്കുമുള്ളിലെ ഒരെൺപതു വയസ്സുകാരന്റെ പ്രായം ആരും പറയില്ല. ആരൊക്കെയോ അടക്കം പറഞ്ഞു:

"ചെറുക്കന്റെ മൂത്ത കാർന്നോരാണ്."

പെണ്ണിന്റെ അച്ഛൻ ഉപചാരപൂർവ്വം തൊഴുകൈകളോടെ ഊട്ടുപുരയിൽ നടന്നു. 'തന്റെ ബന്ധുക്കളാണിവരെല്ലാം. ആർക്കും ഒരു കുറവും വരരുത്' ഓരോ നിമിഷവും ആ അച്ഛന്റെ മനസ്സ് ആവർത്തിച്ചു. അവർ ചോദിച്ചതും അതിനപ്പുറവും കൊടുത്തു. സ്വർണ്ണം, പണം, വീടിരിക്കുന്ന സ്ഥലത്തിന്റെ പകുതി. മകൾ സന്തോഷമായി കഴിയണം. ആവ

ശ്യത്തിലേറെ വിദ്യാഭ്യാസവും അവൾക്കു നൽകിയിട്ടുണ്ട്. ഈ സമയത്ത് ഇതൊക്കെ എന്തിനാണോർക്കുന്നത്? താനെത്ര ശ്രമിച്ചിട്ടും വൈകാരികതയുടെ ചില ക്ഷണികമുഹൂർത്തങ്ങൾ മനസ്സിലേക്കു കയറിവരുന്നു.

മക്കൾ പിറക്കുമ്പോഴാണു മാതാപിതാക്കളും പിറക്കുന്നത്. മക്കൾ വളരുമ്പോൾ മാതാപിതാക്കളും വളരുന്നു, പിറവിയുടെ എല്ലാ അർത്ഥങ്ങളും പങ്കുവച്ചുകൊണ്ട്.

"എന്താ ഇത്?"

ചെറുക്കന്റെ കാർന്നോരുടെ ശബ്ദം സദ്യ നടക്കുന്ന ഹാളിൽ പ്രകമ്പനം കൊണ്ടു. വധുവും വരനും വരന്റെ കൂട്ടരും അവിടെ നിറഞ്ഞിരിപ്പുണ്ട്. വിളമ്പുകാർ വിഭവങ്ങൾ ഒന്നൊന്നായി ഇലയിൽ വിളമ്പി കടന്നുപോയി.

"സദ്യയ്ക്കു ചക്കയരിയില്ലാത്ത അവിയൽ വിളമ്പി ബന്ധുക്കളെ അപമാനിക്കുന്നോ?!"

ചെറുക്കന്റെ പ്രമാണിയായ കാർന്നോർ ചൊടിച്ചു. കൂടെയുള്ളവർ അതേറ്റുപിടിച്ചു. പെണ്ണിന്റെ അച്ഛൻ തൊഴുകൈയോടെ ക്ഷമ യാചിച്ചു.

"അമ്മാവൻ പറഞ്ഞാൽ അതിനു മറുവാക്കില്ല.."

ചെറുക്കൻ പെണ്ണിനെ ഉപദേശിച്ചു.

"എങ്കിൽ ഞാൻ നോക്കട്ടെ.."

അവൾ എഴുന്നേറ്റു സ്വയം നിറഞ്ഞുനിൽക്കുന്ന അമ്മാവന്റെ അടുത്തേക്കു നടന്നു. കെട്ടുതാലിയിൽ കൈ ചേർത്ത് അയാളെ ഒന്നു സൂക്ഷിച്ചുനോക്കി. ആർക്കും പ്രതിരോധിക്കാനാവാത്ത ഒരു പെണ്ണ് അവളുടെ കണ്ണുകളിൽ വളർന്നുകഴിഞ്ഞിരുന്നു..!

•

39
മറന്നുപോയ നിശ്ശബ്ദതകൾ

വീട്ടിൽ നിന്നിറങ്ങുമ്പോൾ ബാഗിൽ പുസ്തകം ഉണ്ടോ ഇല്ലയോ എന്നു നോക്കാറില്ല. പാത്രത്തിന്റെ കിലുക്കം കേൾക്കണം. സ്കൂളിലേക്ക് അതിന്റെ താളത്തിൽ നടക്കണം. തലേദിവസംതന്നെ അതു കഴുകിത്തുടച്ചു ബാഗിലിട്ടിരുന്നു. പാത്രമെടുക്കാനും വയ്ക്കാനും മാത്രമേ പുസ്തകസഞ്ചി തുറക്കാറുള്ളു. മുന പോയ ഒന്നുരണ്ടു പെൻസിൽ, ഉരഞ്ഞുതീരാറായ റബ്ബർ, താളുകൾ കീറിപ്പോയ പുസ്തകങ്ങൾ..ഒക്കെയും പാത്രത്തിനു കൂട്ടായി സഞ്ചിയിൽ ഉണ്ടാവും, വിശപ്പിൽ മറന്നുപോയ നിശ്ശബ്ദതകളായി!

സ്കൂളിലേക്കുള്ള വഴിയെത്തുംമുമ്പേ കഞ്ഞിപ്പുരയിൽ നിന്നുയരുന്ന പുക കാണാം. അതു കാണാത്ത ദിവസം വയറിനു പ്രാന്തു പിടിക്കും. പള്ളിക്കൂടം എത്ര നടന്നാലും എത്താത്ത ദൂരമായി മാറും. കഴിവതും അങ്ങനെ വരാതിരിക്കാൻ ആയമ്മ പ്രത്യേകം കരുതാറുണ്ട്. കഞ്ഞി വയ്ക്കാൻ സ്കൂളിൽ ആയമ്മയുണ്ടെങ്കിൽ ഞങ്ങൾക്കു വിശപ്പറിയേണ്ടതില്ല. അവരോടൊപ്പം ഞങ്ങൾ കുട്ടികളും കൂടും, തീയുന്താൻ, അരി കഴുകാൻ, വെള്ളമെടുക്കാൻ..

ഇടയിൽ പ്രധാനാദ്ധ്യാപകൻ കാര്യങ്ങൾ തിരക്കാൻ വന്നു പോകും. അടുപ്പത്ത് അരി തിളച്ചുമറിയുമ്പോൾ ഞങ്ങൾ സന്തോഷം കൊണ്ട് ഉറക്കെ സംസാരിക്കും. വെള്ളം വേണമെന്നു പറയുന്നതിനു മുമ്പേ വെള്ളമെത്തും. അടുപ്പിൽ തീ കെടാതെ നോക്കും.

കഞ്ഞിക്കു പയറായിരിക്കും കൂടെ. ചിലപ്പോൾ വാഴയ്ക്കാത്തോരൻ. മുട്ടയും പാലുമൊക്കെ തരുമെന്നു പറയുന്നു. പക്ഷേ, ഞങ്ങൾക്കിതുവരെ കിട്ടിയിട്ടില്ല. കഞ്ഞി മാത്രം തന്നാലും ഞങ്ങൾക്കു സന്തോഷം. വിളമ്പുമ്പോൾ ആദ്യം തരുന്നതു കൂടാതെ ഞങ്ങൾ രണ്ടാമതും വാങ്ങും. അതു വീട്ടിലേക്കുള്ളത്. വീട്ടിൽ ഇതിനായി കാത്തിരിക്കുന്നവരുണ്ട്, അനുജൻ..അനുജത്തി..അവരെ നോക്കി വീട്ടിൽത്തന്നെ

യിരിക്കുന്ന പ്രായംചെന്ന മുത്തമ്മ.. എന്നും ഞങ്ങളെ സ്കൂളിലേക്ക യയ്ക്കാൻ അവർക്കാണു കൂടുതലിഷ്ടം.

ഇന്നത്തെ സ്കൂൾബൽ അടിച്ചപ്പോൾ ശബ്ദം കുറഞ്ഞിരിക്കുന്നതായി തോന്നി. പ്യൂൺ അവധിയാണെങ്കിൽ സ്കൂൾലീഡറായിരിക്കും ആ ചുമതല നിർവ്വഹിക്കുന്നത്. സ്കൂളിലെ മുതിർന്ന കുട്ടിയാണു ലീഡർ. നല്ല ഉശിരോടെയേ അവനതു ചെയ്യൂ.. ഇന്നെന്തു പറ്റി? സ്കൂളാകെ ഒരേ ചോദ്യം. ഇന്നലെത്തുടങ്ങിയ മഴ നേരം വെളുത്തിട്ടും തോർന്നിട്ടില്ല. മഴ പെയ്യുമ്പോൾ ഞങ്ങൾക്കാവേശമാണ്. ഇടിമിന്നൽ, ഇരുണ്ടുമൂടിയ പകൽ, വെള്ളപ്പൊക്കം...അപ്പോൾ നാടാകെ ഉണർന്നു വരും. വിശപ്പും സ്നേഹവും കൂടുന്ന സമയമാണത്. എല്ലാവരോടും ഇഷ്ടം തോന്നും. പിണങ്ങിയിരിക്കുന്നവർ പരിഭവം മറന്നു മിണ്ടാൻ തുടങ്ങും. എന്തു പറ്റി എന്ന ചോദ്യം ആവർത്തിച്ചുകൊണ്ടു ഞങ്ങൾ അവന്റെ ചുറ്റും കൂടി.

"ഇന്ന് ആയമ്മ വരില്ല. കഞ്ഞിപ്പുരയിൽ വിറകില്ലെന്ന്!"

ഞങ്ങൾക്കു സ്കൂൾ എന്നാൽ കഞ്ഞിപ്പുരയും ആയമ്മയുമാണ്. സ്കൂൾ തുടങ്ങിയ കാലം മുതൽ ഇവിടെ ആയമ്മയും ഉണ്ടായിരുന്നു എന്നു കേട്ടിട്ടുണ്ട്.

"വിളിക്ക്.."

ഞങ്ങൾ തീരുമാനിച്ചു. ലീഡർ മുമ്പിൽ. ഞങ്ങൾ പിന്നാലെ. അടുത്താണ് ആയമ്മയുടെ വീട്. പുകയൂതി കരിവാളിച്ചുപോയ മുഖം. ചുവന്നുകലങ്ങിയ കണ്ണുകൾ. ഞങ്ങളെക്കണ്ടപ്പോൾ സന്തോഷത്തിന്റെ വെളിച്ചം ആ കണ്ണുകളിൽ നിറഞ്ഞു. പതിവു മുടങ്ങിയില്ല. ആയമ്മ വന്നു. അടുപ്പിൽ തീ പൂട്ടി.

"എന്റെ കുട്ടികളുണ്ടെങ്കിൽ ഇവിടെ എല്ലാമുണ്ട്."

ആയമ്മയുടെ കണ്ണിൽ സ്നേഹത്തിന്റെ കണ്ണീരടർന്നു.

"എവിടുന്നാ ഇത്രയും ഉണങ്ങിയ വിറക്, ഈ പെരുമഴയത്ത്?"

ആയമ്മ ചോദിച്ചില്ല. കുട്ടികൾ ആയമ്മയ്ക്കു സ്നേഹവും അത്ഭുതവുമായിരുന്നു. വിശപ്പാണ് എല്ലാത്തിനും ഉത്തരം. ഇന്നും മുടങ്ങാതെ ഞങ്ങൾ പശിയടക്കി. നാളെച്ചെല്ലുമ്പോൾ ക്ലാസ്സിൽ എവിടെയാണിരിക്കേണ്ടത്? അവിടെയുണ്ടായിരുന്നതെല്ലാം ഇന്ന് അടുപ്പിൽ എരിഞ്ഞു തീർന്നു!!

•

40
മറവിയുടെ വേഗം

രാത്രിയിൽ ഒട്ടും പ്രതീക്ഷിക്കാത്ത നേരത്താണ് ആ ഫോൺ വന്നത്.

"എടാ..നീയിപ്പോൾ എവിടെയാണ്?"

സുഹൃത്താണു വിളിച്ചത്. വല്ലാത്ത ആശങ്ക നിറഞ്ഞ ശബ്ദം. ന്യൂയോർക്കിൽ നിന്നാണു വിളി. ഞങ്ങൾ സ്കൂളിൽ ഒരുമിച്ച് ഒരേ ക്ലാസ്സിൽ പഠിച്ചവർ. പഠിച്ചതു സർക്കാർസ്കൂളിൽ ആയതുകൊണ്ട് എല്ലാവരോടും ഉള്ള സൗഹൃദത്തിന്റെ ആഴം വളരെക്കൂടുതലായിരുന്നു.

"നാട്ടിൽ സർവ്വത്ര കുഴപ്പമാണെന്നു കേൾക്കുന്നു. സഹായിക്കണം. അച്ചായൻ മാത്രമേ വീട്ടിലുള്ളൂ"

എന്റെ മറുപടി കേൾക്കാതെതന്നെ അവന്റെ പേടി പറഞ്ഞുകൊണ്ടിരുന്നു.

"വിഷമിക്കണ്ട. ഞാൻ പറയുന്നതു കേൾക്ക്. ഞാനിവിടെ ജോലിസ്ഥലത്താണ്. എങ്കിലും നമുക്കു വേണ്ടപ്പെട്ടവർ നാട്ടിലുണ്ടല്ലോ. ഞാനവരോടു പറയാം."

ഒരുവിധം ഞാൻ അവനെ ആശ്വസിപ്പിക്കാൻ ശ്രമിച്ചു.

"ഒറ്റ രാത്രി കൊണ്ടാണ് ഇത്രയും വെള്ളം പൊങ്ങിയത്. താഴത്തെ നില മുങ്ങിക്കഴിഞ്ഞിരിക്കുന്നു. അച്ചായൻ ഒരുപാടു രോഗങ്ങൾക്കു മരുന്നു കഴിക്കുന്ന ആളാ.. ഒറ്റയ്ക്കുള്ള ജീവിതവും. സമയത്ത് ആഹാരവും മരുന്നും കഴിച്ചില്ലെങ്കിൽ.."

അവൻ വീണ്ടും നിയന്ത്രണമില്ലാതെ കരയുകയാണ്. നമ്പർ വാങ്ങി ഞാൻ അവന്റെ അച്ചായനെ വിളിച്ചു.

"തോമസ് സാർ.."

എന്റെ ശബ്ദം വർഷങ്ങൾക്കു ശേഷം കേൾക്കുകയാണ്.

"ങാ..പ്രകാശ്!"

സാർ ഇപ്പോഴും എന്നെ ഓർക്കുന്നു. പേരു പോലും മറന്നിട്ടില്ല.

"മോനേ.."

സ്കൂളിൽ എല്ലാ കുട്ടികളെയും പേരു ചൊല്ലി വിളിച്ചിരുന്ന സർ ആദ്യമായി ഒരു ശിഷ്യനെ മോനേ എന്നു വിളിച്ചു. അപ്പോഴേക്കും യൂ.കെ. യിൽ നിന്നു മറ്റൊരു മകന്റെ ഫോൺ എനിക്കു വന്നിരുന്നു.

"പ്രകാശേ, അച്ചായനെ രക്ഷപ്പെടുത്തണം. അവിടെ എന്നെ സഹായിക്കാൻ നീ മാത്രമേയുള്ളു."

അവന്റെയും ശബ്ദം ആകെ പതറിയിരുന്നു.

"വിഷമിക്കണ്ട.."

ഞാൻ ധൈര്യം പകർന്നു. തോരാത്ത മഴയിൽ നാടു മുങ്ങുകയാണ്. മഹാപ്രളയം!

തോമസ് സാറിന്റെ ഒന്നാം നിലയിൽ ബോട്ടടുത്തു. സമയത്തു മരുന്നും ആഹാരവും കഴിക്കാതെ സാർ ആകെ അവശനായിരുന്നു.

"ഇവരാണെന്റെ മക്കൾ..ഇവരാണെന്റെ കാണപ്പെട്ട ദൈവങ്ങൾ..!"

സ്വയം കണ്ണു തുടയ്ക്കാനാവാതെ അദ്ദേഹം വിങ്ങിപ്പൊട്ടി. രക്ഷകരായി വന്ന ഓരോരുത്തരുടെയും പേരുകൾ തോമസ് സാർ ഓർക്കുവാൻ ശ്രമിച്ചു.

മഴ കുറഞ്ഞപ്പോൾ വെള്ളം ഇറങ്ങിത്തുടങ്ങി. ദിവസങ്ങൾ കൂടിയിരുന്നു പകൽ തെളിഞ്ഞു. പക്ഷികൾ ചിറകുകുടഞ്ഞു പറന്നു.

"പ്രകാശേ.."

തോമസ് സാറിന്റെ ഫോൺ.

"പറയൂ സാർ.."

ഞാൻ വിനീതനായി.

"എന്തിനാണു ബാങ്കിൽ വലിയ സമ്പാദ്യം?പണമല്ലല്ലോ എല്ലാം. മനുഷ്യനു പകരം മനുഷ്യൻ മാത്രം!"

സാറിന്റെ ശബ്ദം ഇടറുന്നുണ്ട്.

"മക്കൾ യൂ.കെ.യിലാണ് സ്റ്റേറ്റ്സിലാണ് എന്നൊക്കെ പറഞ്ഞിട്ടെന്തു കാര്യം? ഒടുവിൽ ജീവൻ രക്ഷിക്കാൻ വന്നതു നീ പറഞ്ഞുവിട്ട ആളുകൾ!"

ശബ്ദം താഴ്ത്തി മുറിയുന്ന വാക്കുകളിൽ സാർ തുടർന്നു:

"എന്റെ പേരിൽ ബാങ്കിലുള്ള മുഴുവൻ തുകയും പാവങ്ങളായ ഈ മനുഷ്യർക്കു കൊടുക്കുവാൻ ഞാൻ തീരുമാനിച്ചു."

തോമസ് സാർ ആളൊരു പിശുക്കനാണെന്നു സ്കൂളിലും നാട്ടിലും പണ്ടേ പറഞ്ഞുകേട്ടിരുന്നു. പ്രളയം സാറിന്റെ മനസ്സിനെ വല്ലാതെ ഉലച്ചിട്ടുണ്ട്.

"സാർ, ധൃതി വേണ്ട. സമയമാകട്ടെ. ആവശ്യം വരികയാണെങ്കിൽ അവർ വരും."

സാന്ത്വനിപ്പിച്ചുകൊണ്ടുള്ള എന്റെ മറുപടി കേട്ട് അദ്ദേഹം പറഞ്ഞു:

"ഞാൻ കാത്തിരിക്കും."

വൈകാരികമായി പെട്ടെന്നെടുക്കുന്ന തീരുമാനങ്ങൾ ശരിയായിക്കൊള്ളണമെന്നില്ല. അതുകൊണ്ടാണു ഞാൻ അങ്ങനെ പറഞ്ഞത്. ജീവിതത്തിൽ ഇതുവരെ ചെയ്തതൊന്നും പ്രതിഫലം ഇച്ഛിച്ചിട്ടല്ല. മനുഷ്യനാവുക, അവസാനം വരെ...

പിന്നെയും കുറച്ചുനാൾ കൂടി സാർ എന്നെ വിളിച്ചുകൊണ്ടിരുന്നു.

"എന്തെങ്കിലും ചെയ്യണം അവർക്കായി.."

വർഷങ്ങൾ കടന്നുപോയി. അവർ എന്നെ ഒരിക്കൽ മാത്രം വിളിച്ചു. ഒരു കടുത്ത വേനൽക്കാലം. അവരുടെ വറുതിക്കാലം.

"അല്പം ബുദ്ധിമുട്ടുണ്ട്..കടമായിട്ടു മതി..ഞങ്ങൾ സാറിനെ ഒന്നു കണ്ടോട്ടെ?"

"ശരി..പോയി വാ.."

മനസ്സ് ഒന്നറച്ചെങ്കിലും ഞാൻ തടസ്സം പറഞ്ഞില്ല. സാറും അവരെ കാത്തിരിക്കുകയായിരിക്കും. അവർ ചെന്നു. കോളിങ്ബൽ ഇംഗ്ലീഷിൽ ശബ്ദിച്ചു. ഏറെ സമയത്തിനു ശേഷമാണ് പൂമുഖവാതിലിന്റെ ഒരു പാളി മെല്ലെത്തുറന്നത്.

"ആരാ?"

അവധിക്കാലത്തു നാട്ടിലെത്തിയ മക്കൾ വിളിച്ചുചോദിച്ചു.

"ഞങ്ങൾ..അന്നു പ്രളയത്തിൽ.."

പറഞ്ഞുതീരും മുമ്പേ അവരുടെ മുന്നിൽ വാതിലുകൾ വലിച്ചടയ്ക്കുന്ന ശബ്ദം.

"അച്ചായാ...രാവിലെ ഇറങ്ങും..പണിയില്ലാത്ത കുറെ മനുഷ്യർ.."

മക്കൾക്കെല്ലാം ഒരേ സ്വരം.

"കണ്ടില്ലേ..? ഇങ്ങനെയാണ് ഓരോ ദിവസവും. ഇവിടെ ജീവിക്കാൻ വലിയ പാടാ."

തോമസ് സാറും മക്കളോടു ചേർന്നു!

പുറത്തുനിന്ന നിസ്സഹായരായ ആ മനുഷ്യർ വീടിന്റെ മുൻഭാഗത്തെ ഉയരങ്ങളിലേക്കു നോക്കി. ചുമരുകളിൽ പ്രളയത്തിന്റെ മായാത്ത പാടുകൾ. അവർ പരസ്പരം മനസ്സിൽ പറഞ്ഞു:

"ആ അടയാളങ്ങൾ ഇപ്പോഴും നമ്മളെ മറന്നിട്ടില്ല!"

അവരുടെ കണ്ണുകളിൽ സ്നേഹത്തിന്റെ നനവുകൾ പടർന്നു.

•

41
ജീവിതത്തിന്റെ നിറം

"ഓരോ മനുഷ്യനും ഓരോ നിറമാണു ജീവിതം. അനുഭവങ്ങളിലൂടെയേ അതിനെ കാണാൻ കഴിയൂ, കടൽവായന പോലെ.. നമ്മൾ എന്താണോ അതായി മാറും..!"
സാഹിത്യവിഷയങ്ങൾ പഠിപ്പിക്കുന്ന അദ്ധ്യാപകൻ മുതിർന്ന ക്ലാസ്സിലെ കുട്ടികളുമായി സംവദിക്കുകയായിരുന്നു. 'ജീവിതത്തിന്റെ നിറം'ആയിരുന്നു വിഷയം.

"സാർ, ഇതൊക്കെ സാധാരണബുദ്ധിക്കു വഴങ്ങാത്ത വെറും ഭാവനയല്ലേ?"കുട്ടികളുടെ സംശയങ്ങൾ അദ്ധ്യാപകനുമായി പങ്കുവച്ചു.

"ഇതിലുമെളുപ്പം ശാസ്ത്രവിഷയങ്ങളാണ്. പുസ്തകത്തിലെഴുതിവച്ചിട്ടുള്ളത് അതുപോലെ പഠിച്ചാൽ മതി."
ക്ലാസ്സിലെ ഏറ്റവും മിടുക്കനായ കുട്ടിയുടെ അഭിപ്രായത്തോടു ഭൂരിപക്ഷം കുട്ടികളും യോജിച്ചു.

ഗൂഗിളിലില്ലാത്തതൊക്കെ സാറിന് എവിടെ നിന്നു കിട്ടി എന്നതായിരുന്നു ഒരു കുട്ടിയുടെ സംശയം. അതു കേട്ടു ക്ലാസ്സിൽ കൂട്ടച്ചിരിയുയർന്നു. എപ്പോഴും കൂടെച്ചിരിക്കാൻ കുട്ടികൾക്കിഷ്ടമാണല്ലോ. കുട്ടികളിലേക്കുള്ള ദൂരം കൂടുകയാണ്. പുത്തൻതലമുറയിലേക്കു കടന്നു ചെല്ലാൻ പ്രാപ്തമായ ഭാഷ..അതോ അങ്ങനെ ഒന്നില്ലേ? തനിക്ക് എവിടെയോ തെറ്റി എന്ന് അദ്ധ്യാപകനു തോന്നി. അയാൾ സ്വയം പരിതപിച്ചു. തൊട്ടുമുമ്പേ കഴിഞ്ഞ ക്ലാസ്സ് പൂവിന്റെ ശരീരത്തെക്കുറിച്ചായിരുന്നു. സസ്യശാസ്ത്രം. പൂവിന്റെ ഇതളുകൾ മേശപ്പുറത്തു മുറിഞ്ഞു ചിതറിക്കിടന്നിരുന്നു. പിൻബഞ്ചിലിരുന്ന പെൺകുട്ടി തലചുറ്റി വീഴുന്നതു കണ്ടു മറ്റു കുട്ടികൾ ഒരുമിച്ചു വിളിച്ചു:

"സാർ!.."

ഭയം നിറഞ്ഞ മുഖങ്ങളോടെ ക്ലാസ്സുമുറി മൗനമായി. മുഖത്തു വെള്ളം തളിച്ചപ്പോൾ അവൾ കണ്ണുതുറന്ന് എല്ലാവരെയും തുറിച്ചുനോക്കി.

പെട്ടെന്നു മുഖം പൊത്തി അവൾ കരഞ്ഞുതുടങ്ങി. അപ്പോഴേക്കും മറ്റ് അദ്ധ്യാപകരും അവിടേക്കു വന്നിരുന്നു.

"നിങ്ങളൊക്കെ രാത്രിയിൽ ഉറങ്ങാറുണ്ടോ?"

എന്റെ വീട് എനിക്കു ഭയമാണ്..ഞാൻ തിരിച്ചു പോകുന്നില്ല.."

അവൾ വിങ്ങിപ്പൊട്ടി. അപ്പോഴും മുഖത്തുനിന്ന് അവൾ കൈ മാറ്റിയിരുന്നില്ല. സ്കൂളിലെ പ്രധാനാദ്ധ്യാപിക തന്റെ മടിയിൽ കിടത്തി അവളുടെ മൂർദ്ധാവിൽ ചുംബിച്ചു.

"മോളേ, വെള്ളം.."

ടീച്ചർ കൊടുത്ത വെള്ളം അവൾ കുടിച്ചു.

"അമ്മാ.."

ടീച്ചറിന്റെ മുഖത്ത് അവൾ തൊട്ടു. എന്തായിരിക്കാം അവൾക്കു പറയാനുള്ളത്? എല്ലാവരുടെയും കണ്ണിലും ഒരേ ചോദ്യം.

"പെൺകുട്ടികൾ വളരുന്ന വീടിനെല്ലാം ഒരേ ഭാഷയല്ലേ.. അന്നും ഇന്നും?"

ടീച്ചറിന്റെ ചുണ്ടുകൾ വിറച്ചു. മേശപ്പുറത്തു മുറിഞ്ഞുചിതറിക്കിടന്നിരുന്ന പൂവിന്റെ ശരീരം..മനസ്സിൽ എവിടെയോ നൊമ്പരങ്ങളുടെ ഓർമ്മപ്പെടുത്തൽ...

ജീവിതത്തിന്റെ നിറം? അദ്ധ്യാപകൻ തന്നോടുതന്നെ ചോദ്യം ആവർത്തിച്ചു..

•

42
ഒരു അവധിക്കാലയാത്ര

'മൂന്നാർ, കോവളം, കന്യാകുമാരി..' നാട്ടിൽ ചെന്നാൽ കാണേണ്ട സ്ഥലങ്ങളുടെ പേരുകളെല്ലാം മകൾ ഓർത്തുവച്ചിരുന്നു. വേനൽക്കാല അവധി. പള്ളിക്കൂടം അടയ്ക്കുമ്പോൾ നാട്ടിലേക്കുള്ള പതിവുയാത്ര. നഗരജീവിതത്തിന്റെ ഒറ്റപ്പെടലിൽ നിന്ന്, മടുപ്പിൽ നിന്ന് ഒരു താൽക്കാലികരക്ഷപ്പെടൽ. സ്വന്തം നാട്ടിലേക്കുള്ള യാത്രയ്ക്കായി മനസ്സെപ്പോഴും കാത്തിരിക്കും. ആഴ്ചകൾക്കു മുമ്പേ കൊണ്ടുപോകാനുള്ള പെട്ടിയും ബാഗുമെല്ലാം തയ്യാറാക്കിവയ്ക്കും. യാത്രയ്ക്കു മുമ്പേയുള്ള ഈ തയ്യാറെടുപ്പിനു മകൾക്കാണു നിർബന്ധം. അതിനവൾ അമ്മയെ കൂട്ടുപിടിക്കും. യാത്രയിൽ കരുതേണ്ടതെല്ലാം എടുത്തിട്ടുണ്ടെന്നുറപ്പു വരുത്തണം. പോകാനുള്ള ദിവസം അടുത്തുവരുന്നു.

"എല്ലാമെടുത്തിട്ടുണ്ടോ?"

അമ്മയോടാണു മകളുടെ ചോദ്യം.

"നാട്ടിലേക്കു പോകുന്നതല്ലേ? എന്തെങ്കിലും നിങ്ങൾക്കു കൂടി വാങ്ങാം.."

ഭാര്യയുടെ സ്നേഹപൂർവ്വമായ ഓർമ്മപ്പെടുത്തൽ. ഒന്നും വേണ്ട എന്ന മുഖഭാവത്തോടെ ഞാൻ ചിരിച്ചു.

"അല്ലേലും അങ്ങനെയൊരു ശീലമില്ലല്ലോ."

അവൾ പരിഭവിച്ചു. അച്ഛൻ, അമ്മ, സഹോദരങ്ങൾ, അവരുടെ കുട്ടികൾ..ഓരോ മുഖവും മനസ്സിലൂടെ മിന്നിമറഞ്ഞു. എല്ലാവർക്കും എന്തെങ്കിലുമൊക്കെ വാങ്ങണം. ഞാൻ പറയണ്ട. അവൾ വാങ്ങിച്ചിട്ടുണ്ടാവും. ഷോപ്പിങ്ങിനോട് എനിക്കു വലിയ താല്പര്യമില്ലെന്ന് അവൾക്കറിയാം.

യാത്ര തിരിക്കും മുമ്പേ മകൾ നാട്ടിൽചെന്നതുപോലെയായി. അവളുടെ ഓരോ വർത്തമാനവും ചലനവും ഇതുവരെയുള്ളതല്ല. സന്തോഷം കൊണ്ടാകാം. നാട്! മനസ്സു തേടുന്നതെല്ലാം തിരിച്ചുകിട്ടുകയാണ്..കാണാതിരുന്നു കാണുമ്പോഴുള്ള കാഴ്ചകൾ..അതൊരു

വരവേൽപ്പ്..! ഭൂമിയിൽ ഏറ്റവും സുന്ദരമായതു ജന്മനാടുതന്നെ. ജനിച്ചുവളർന്ന ഗ്രാമം. മുറ്റത്തെ മാവിൻകൊമ്പിൽ പാടുന്ന പക്ഷികൾ പോലും നമ്മുടെ ആരോ. പുഴയിലെ ഓരോ കുഞ്ഞോളത്തിനും നമ്മോടെന്തൊക്കെയോ പറയാനുണ്ട്. പ്രഭാതത്തിലെ ഇളവെയിലും തണുത്ത കാറ്റും! എല്ലാം ചേർന്നതാണ് എന്റെ നാട്! എത്ര കണ്ടാലും മതിവരാത്ത കാഴ്ചകൾ..

നാട്ടിൽ വന്നാൽ ദിവസങ്ങൾ കടന്നുപോകുന്നതെത്ര വേഗത്തിലാണെന്നതറിയില്ല. ഇനിയുള്ളത് ഒരാഴ്ച മാത്രം. അതു കഴിഞ്ഞാൽ തിരിച്ചുപോകണം. ഇനിയും കണ്ടുതീരാത്ത എന്റെ ഗ്രാമം. ഓർമ്മകൾ നിറഞ്ഞുനിൽക്കുന്ന പള്ളിക്കൂടം. വായനശാല. പള്ളിപ്പെരുന്നാൾ. ക്ഷേത്രത്തിലെ ഉത്സവം. ഇവിടേക്കെല്ലാം നടന്നുതീർത്ത വഴികൾ..ഈ ഓർമ്മകളിലേ ഞാൻ ഉള്ളൂ. ഗ്രാമത്തിലെ പുതിയതും പഴയതുമായ താമസക്കാർ 'കയറിയിരിക്ക്' എന്നു പറയും. എല്ലാവരും സ്വന്തമാണ്. ഇവരിലെല്ലാം ഞാനുണ്ട്. നഗരം നഷ്ടപ്പെടുത്തുന്ന നമ്മുടെ മനുഷ്യമുഖം ഗ്രാമം തിരിച്ചുതരുന്നു..

"അച്ഛാ..സമയം തീരുന്നു.. "

മകളുടെ ഉത്സാഹം കുറഞ്ഞുകൊണ്ടിരുന്നു. വന്ന ദിവസം മുതൽ ഭാര്യ വീട്ടിൽത്തന്നെയാണ്. പ്രായം ചെന്ന അച്ഛനും അമ്മയും.

"വരുമ്പോഴല്ലേ അവരെയൊക്കെ പരിചരിക്കാൻ കഴിയൂ..?"

എന്തു പറയുമെന്നറിയാൻ അവൾ എന്നെ നോക്കി.

"എനിക്കതിൽ സന്തോഷമേയുള്ളു.."

അവൾക്കറിയാം, ഞാൻ അങ്ങനെയേ പറയൂ എന്ന്.

"അച്ഛാ..ഒരു സ്ഥലത്തേക്കെങ്കിലും പോകണം വന്നിട്ട് ഇതുവരെ ഞാൻ എങ്ങും പോയില്ല..പ്ലീസ്.."

"ശരി, പോകാം. അമ്മയെ വിളിക്ക്. രാവിലെതന്നെ യാത്ര.."

തിരിച്ചുപോകാൻ ഇനി രണ്ടോ മൂന്നോ ദിവസം മാത്രം. നടക്കില്ല എന്ന മുൻവിധിയോടെ ഭാര്യ പറഞ്ഞു:

"ശരി, പോകാം.."

മകൾ തുള്ളിച്ചാടി. സന്തോഷത്തോടെ നൃത്തം ചെയ്തു. ഇടയിൽ ഒരു നിമിഷം അവൾ നിന്നു. അവളുടെ കണ്ണു നിറഞ്ഞു.

"അച്ഛാ..പോകുമല്ലോ?"

അവൾ ചോദ്യം ആവർത്തിച്ചു. •

43
ഡിജിറ്റൽയുഗം

എത്ര ചെയ്താലും തീരാത്ത പണിയാണു മുന്നിൽ. നിറങ്ങൾ അറിയാതെ രാത്രിയും പകലും കടന്നുപോകുന്നു. ലാപ്ടോപ്പിലെ അക്ഷരമാലകളിൽ ഇരുന്ന് അയാളുടെ കൈവിരലുകൾ പൊള്ളി. കോവിഡ്കാലത്താണു തുടക്കം. വീട്ടിലിരുന്നു ചെയ്യാൻ കമ്പനി ജോലി കൊടുത്തു. വിദേശകമ്പനികളാണു കൂടതലും. മൾട്ടിനാഷണൽ കമ്പനികൾ. ഇവിടെ സൂര്യൻ ചക്രവാളത്തിന്റെ പടിയിറങ്ങുമ്പോൾ അവിടെ നേരം പുലരുന്നു! അയാളുടെ മുറിക്കുള്ളിൽ ലാപ്ടോപ്പിലെ വെളിച്ചം മാത്രം അണയുന്നില്ല. എപ്പോഴും അടഞ്ഞുകിടക്കുന്ന മുറി കണ്ടു വീട്ടുകാർ എന്തായിത് എന്നു ചോദിക്കാൻ പോലും ഭയന്നു.

ജോലി കിട്ടിയ ആദ്യനാളുകളിൽ, മറ്റുള്ളവരെപ്പോലെ അയാളും ഓഫീസിൽ പോയിവരുമായിരുന്നു. വൈകുന്നേരം വീടെത്തിയാൽ വർത്തമാനങ്ങളുമായി എല്ലാവരോടും ഒപ്പം കൂടിയിരുന്നു. എടാ..പഠിച്ചതു മതി, നമുക്കു പുറത്തുപോകാമെന്ന് അനുജനെ വിളിക്കും. ഞാനും എന്നു പറഞ്ഞ് അനുജത്തിയും കൂടെച്ചെല്ലും. ഷട്ടിൽബാറ്റും വീശി അവർ മുറ്റത്തേക്കോടിയിറങ്ങും. കൂടെക്കളിക്കാൻ അടുത്ത വീട്ടിലെ കുട്ടികൾ അവരെ കാത്തിരിക്കുന്നുണ്ടാവും. കളിയും ചിരിയുമായി അവർ അവിടെ നിറയും. ഇടയിൽ കളി കാര്യമാകുമ്പോൾ അവർ പരസ്പരം പിണങ്ങി മാറി നിൽക്കും. മക്കളേ എന്നു ചേട്ടന്റെ ചിരിക്കുന്ന മുഖം ഉറക്കെ വിളിക്കും. ഒരു നിമിഷം മതി, പിണക്കം മറന്ന് അവർ ചേട്ടനോടൊട്ടിനിൽക്കാൻ മത്സരിക്കും. എല്ലാം പെട്ടെന്നാണു മാറിപ്പോയത്! ഓരോ വീടും ഓരോ ജയിലായി മാറി. പുറത്തുപോകാൻ രോഗകാലം ആരെയും അനുവദിച്ചിരുന്നില്ല. ലക്ഷവും കോടിയും കടന്നു മരണത്തിന്റെ കണക്കുകൾ വളർന്നുകൊണ്ടിരുന്നു. ശേഷിച്ചവരുമായി ലോകം വീണ്ടും മുന്നോട്ടുപോയി. എല്ലാം ഓർക്കുന്ന മനുഷ്യർ എല്ലാം മറക്കുകയുമാണ്..

ദിവസത്തിൽ എപ്പോഴോ വെളിപാടു പോലെ അയാൾ വിശപ്പിനെക്കുറിച്ച് അറിയാതെ ഓർത്തുപോകും. ഊണുമേശയിൽ ആഹാരം അയാളെ കാത്തിരിക്കുന്നുണ്ടാകും. പാത്രത്തിന്റെ മൂടി തുറന്ന്, ആർക്കും മുഖം കൊടുക്കാതെ എന്തൊക്കെയോ കഴിച്ചെന്നു വരുത്തി അയാൾ യാന്ത്രികമായി മുറിയിലേക്കു വീണ്ടും.. അയാൾ തിരക്കിലാണ്. ചെയ്തുതീർക്കാനുള്ള ജോലി എങ്ങുമെത്തിയിട്ടില്ല!

"മക്കൾക്കു കഴിക്കാൻ എത്ര കുറച്ചു കൊടുത്താലും അതും ബാക്കിവച്ചിട്ടു പോകും..വീടിന്റെ രുചികളിൽ നിന്ന് എല്ലാവരും അകന്നുപോകുന്നു..!"

ഓർമ്മയുടെ നനവിൽ അമ്മ കണ്ണുകളടച്ചു.

"എന്താ ഇങ്ങനെ?"

അച്ഛന്റെ ചോദ്യം കേട്ടാണ് അമ്മ ചിന്തകളിൽ നിന്നുണർന്നത്. അമ്മയുടെ ചിരിമാഞ്ഞ മുഖം അച്ഛന്റെ മനസ്സു നോവിച്ചു.

"നമ്മളൊക്കെ ജോലിക്കാരാണ്; ഇപ്പോൾ മൂത്തമകനും. വൈകിപ്പിറന്ന ഇളയ രണ്ടു കുട്ടികൾ പഠിക്കുന്നു. ഇതു ഡിജിറ്റൽയുഗമാണ്. എല്ലാവരും തിരക്കിലാണ്. ഈ ഫോണും ടാബും ലാപ്ടോപ്പും ഒക്കെ മനുഷ്യനോടൊപ്പം ചേരുമ്പോൾ പിന്നെ മനുഷ്യനുണ്ടാവില്ല. യന്ത്രങ്ങൾ മാത്രം!"

അച്ഛനെന്തു പറഞ്ഞാലും അമ്മ ഇപ്പോൾ കേട്ടുകൊണ്ടിരിക്കും, മറുപടിയില്ലാതെ..

"എനിക്കൊരാഗ്രഹമുണ്ട്. ഇന്നു നമ്മുടെ മകൻ ഉറങ്ങുമ്പോൾ കതകു ചാരിയാൽ മതി. അകത്തുനിന്നു പൂട്ടരുതെന്നു പറയണം. അവനെ നമുക്കൊന്നു കാണണ്ടേ?"

ആദ്യമായി അമ്മ ഒരാഗ്രഹം പറയുകയാണ്. അതു കേൾക്കാനാകാതെ അച്ഛൻ അമ്മയുടെ അടുത്തേക്കു ചേർന്നിരുന്നു..

•

44
വാർദ്ധക്യമില്ലാത്തത്

ഇന്നലെ കണ്ടവരല്ലല്ലോ ഇത്! പരസ്പരം കൊത്തുകൂടിയത് എത്ര നേരമായിരുന്നു. രണ്ടുംകൂടിയുള്ള വഴക്ക് എന്തിനായിരുന്നുവെന്നറിയില്ല. അവർക്ക് അവരുടെതായ കാരണങ്ങളുണ്ടാവാം. എന്തായാലും ഇപ്പോൾ വീണ്ടും സ്നേഹത്തിലായി. വീട്ടിൽ വളർത്തുന്ന കോഴികളിൽ പൂവന്മാർ ഒരുമിച്ചു തീറ്റ കൊത്തിനടക്കുന്നതു കണ്ടപ്പോൾ ഇന്നലത്തെ വഴക്ക് ഓർത്തുപോയി. രണ്ടിനെയും ഞാൻ ഓടിച്ചുവിടുംവരെ എന്തൊരു തകർപ്പായിരുന്നു. ആരും തോൽക്കാൻ തയ്യാറല്ല. തുടങ്ങിപ്പോയി. എവിടെ നിർത്തണം എന്നറിയാതെ അവരും വിഷമിച്ചിട്ടുണ്ടാവും.

പാവങ്ങളാണ്. മുൻവൈരാഗ്യമൊന്നുമില്ലല്ലോ. അതാണു മനുഷ്യൻ ഒഴിച്ചുള്ള ജീവികളുടെ ഗുണം. പെട്ടെന്നു തോന്നിയ ദേഷ്യമാകാം. ഒരാൾ പോരു തുടങ്ങിയാൽ മറ്റേ ആളും പ്രതികരിക്കും. ജീവന്റെ സ്വഭാവമാണത്. തോൽവിയും ജയവും ഒന്നും അപ്പോൾ അവർ ചിന്തിക്കുകയില്ല. മനസ്സിലെ ദേഷ്യം തീരും വരെ പോരു തുടരും!

ആഹാരത്തിനൊന്നും ഇവിടെ ഒരു കുറവുമില്ല. കൊത്തിപ്പെറുക്കാൻ ഇഷ്ടംപോലെ സ്ഥലം. പോരാത്തതു വീട്ടിലുമുണ്ട്. എന്നാലും ജീവിക്കണമെങ്കിൽ ഈ വഴക്കും പോരുമൊക്കെ വേണമായിരിക്കും. അതു കഴിഞ്ഞാൽ എല്ലാം മറക്കാനും പൊറുക്കാനും അവർക്കറിയാം. അതാണ് ഒരു സന്തോഷം. പ്രകൃതിയുടെ നിയമവും അതുതന്നെയാണല്ലോ. കൂട്ടത്തിൽ നിന്നും ഒരു കോഴിക്കുഞ്ഞിനെ പരുന്തു റാഞ്ചിയാൽ അപ്പോഴറിയാം പൂവന്റെ ശൗര്യം. അതാണു സ്നേഹം. അതാണു സഹജീവികളോടുള്ള കരുതൽ.

“അച്ഛൻ രാവിലെ മുതലേ ഇതിന്റെയൊക്കെ പിന്നാലെ നടക്കുകയാണല്ലോ. മതി. വല്ലതും കഴിക്കണ്ടേ?”

മകളാണ്. കുടുംബവീട് അവൾക്കു കൊടുത്തതുകൊണ്ട് എന്നെ നോക്കാൻ ഇപ്പോൾ അവൾ മാത്രമേയുള്ളു. മറ്റു മക്കളെല്ലാം കിട്ടിയ വീതം ആർക്കൊക്കെയോ വിറ്റിട്ടു നാടുവിട്ടു! മക്കളുടെ വിവാഹം കഴിഞ്ഞാൽ ഒരു കുടുംബത്തിനേ ഒരു വീട്ടിൽ താമസിക്കാൻ പറ്റൂ. ഇക്കാലത്തു രണ്ടു കുടുംബം ഒരു വീട്ടിൽ വാഴില്ല. ഒരുമിച്ചുണ്ടായിരുന്ന സമയത്തെല്ലാം കലഹമായിരുന്നു. അങ്ങനെയാണു മാറിയത്. ആരും ആരെയും സഹിക്കാൻ തയ്യാറല്ല. അവനവനിൽത്തന്നെ അപരനും വളരുകയാണ്! തന്റെ ചെറുപ്പത്തിൽ എത്ര പേരായിരുന്നു വീട്ടിൽ! ആ കാലമൊക്കെ പോയി. കൂട്ടുകുടുംബമെന്ന സങ്കല്പംതന്നെ ഇല്ലാതെയായി. മനുഷ്യൻ ചുരുങ്ങിച്ചുരുങ്ങി അണുകുടുംബമായി മാറി! ഒടുവിൽ, ആർക്കും തന്നെത്തന്നെ സഹിക്കാൻ പറ്റാത്ത അവസ്ഥ. അതാണ് ഇപ്പോൾ കാണുന്നത്.

"അച്ഛാ, എത്ര നേരമായി ഞാൻ വിളിക്കുന്നു.. പ്രായമായാൽ ഒരിടത്തിരിക്കണം. സമയത്തു വല്ലതും കഴിക്കണം. വീണുപോയാൽ.." മകൾക്കു ദേഷ്യം വരുന്നുണ്ട്. എല്ലാവരും ആഗ്രഹിക്കുന്നതുപോലെ എല്ലാം സംഭവിക്കണം. അല്ലെങ്കിൽ ആരും ഒന്നും സഹിക്കില്ല. അവൾ എന്റെ കൈയിൽ പിടിച്ചു പറമ്പിൽ നിന്നു വീട്ടിലേക്കു നടന്നു.

"മോളേ..ഇവരൊക്കെ നമ്മുടെ അയൽക്കാരല്ലേ? കണ്ടാൽ പോലും ആരും ഒന്നും മിണ്ടാറില്ല. മുഖം തിരിച്ചു നടന്നുകളയും!" അച്ഛൻ പരിതപിക്കുന്നതു കണ്ടു മകൾക്കു ചിരി വന്നു.

"അയൽക്കാരുടെ കാര്യം പോട്ടെ. അച്ഛന്റെ മക്കളിൽ ആരൊക്കെ വരാറുണ്ട് അച്ഛനെ കാണാൻ? സ്നേഹത്തോടെ ഒരു വാക്ക്..ങ്ഹേ.. ഞാനാണ് എല്ലാവർക്കും ശത്രു. എല്ലാം കിട്ടിയതെനിക്കാണെന്നാണ് അവരുടെ തോന്നൽ. ഞാനും കുടുംബം വേണ്ടെന്നു പറഞ്ഞു പോയിരുന്നെങ്കിൽ ഇത്രയും ശത്രുത അവർക്കുണ്ടാകുമായിരുന്നില്ല.." അച്ഛന്റെ കൈകൾ അവളുടെ കണ്ണുനീർ വീണു നനഞ്ഞു.

"അങ്ങനെയല്ല മോളേ..ശത്രുക്കളാകാൻ മനുഷ്യർക്കു പ്രത്യേകിച്ചു കാരണമൊന്നും വേണ്ട! അവനവനെ കടന്നുപോകുവാൻ മനുഷ്യർക്കു ശത്രുക്കൾ വേണമെന്നായി. അതുകൊണ്ടല്ലേ യുദ്ധത്തിനു വാർദ്ധക്യമില്ലാത്തത്! അത് എന്നും ഇവിടെയുണ്ടാകും; നമ്മുടെ കാലം കഴിഞ്ഞാലും അടുത്ത തലമുറയെ കാത്ത്!"
മകൾ എത്ര ശ്രമിച്ചിട്ടും അച്ഛന്റെ കൈകൾ പിടി വിട്ട് അയഞ്ഞുതുടങ്ങി..

•

45
പുഴയിറങ്ങുന്ന പോക്കുവെയിൽ

"എനിക്കെന്റെ വീട്ടിലേക്കു പോകണം. എത്രനാളായി ഞാൻ പറയുന്നു.."

അമ്മ നിർബന്ധം പിടിച്ചു. പ്രായം ചെന്ന അമ്മയ്ക്കു കരയാൻ ഒരു കാരണം ഇതു മാത്രമേയുള്ളു. വയസ്സു തൊണ്ണൂറു കഴിഞ്ഞു. എന്നാലും മുടി മുഴുവനും നരച്ചിട്ടില്ല. ചോദിച്ചാൽ അമ്മ പറയും എണ്ണതേച്ചു കുളിക്കണം, കുളിക്കുമ്പോൾ പുഴ നീന്തിക്കുളിക്കണം, അതാണ് ആരോഗ്യം എന്ന്. വീട്ടിൽ വന്നുപോകുന്ന ബന്ധുക്കൾ അമ്മയോടു ചോദിക്കും:

" അമ്മ ഇപ്പോഴും പുഴ നീന്തിക്കടക്കുമോ?"

"പിന്നെ..സംശയമെന്ത്? ചെറുപ്പത്തിലേ ഉള്ള ശീലമാണ്. അന്നൊക്കെ പുഴയിലിറങ്ങുന്നതു കൂട്ടുകാരും ചേർന്നുനീന്തിക്കുളിക്കാനാണ്. അതുതന്നെയാണു കുളി!"

പഴയ ഓർമ്മകളിലാണ് അമ്മ ഇപ്പോഴും ജീവിക്കുന്നത്. മുമ്പുണ്ടായിരുന്ന വീടു പൊളിച്ചു പുതിയൊരു വീടു വച്ചു. അതിനു ശേഷമാണ് അമ്മയുടെ മറവിരോഗം തുടങ്ങുന്നത്. പഴയ വീടു മാത്രമേ അമ്മയുടെ ഓർമ്മയിലുള്ളൂ. അതിനിയും തിരിച്ചു വരില്ലല്ലോ! വീട്ടിൽ വരുന്ന വേണ്ടപ്പെട്ടവരോടു മാത്രം മക്കൾ അവരുടെ സങ്കടങ്ങൾ പറയും.

'അമ്മാ..ഇത് അമ്മയുടെ വീടാണ്'എന്നു പറയുന്നവരോട് അമ്മ കയർക്കും. പറയുന്നതു കേട്ടുകൊള്ളണം അതാണ് അമ്മയ്ക്കിഷ്ടം. ഡോക്ടറും പറഞ്ഞിരിക്കുന്നത് എതിരു പറഞ്ഞു പ്രകോപിപ്പിക്കരുതെന്നാണ്. മനസ്സിനു പ്രായമേൽപ്പിക്കുന്ന പരുക്കുകൾ.. ഓർമ്മയും മറവിയും..അതിനിടയിലെ സംഘർഷങ്ങൾ. സ്നേഹം കൊണ്ടേ ആ അവസ്ഥയെ മറികടക്കാൻ പറ്റൂ. അമ്മയെ കാണിക്കുന്ന ഡോക്ടർക്ക് എന്നും ഒരേ ഉത്തരം-സ്നേഹം.

മനുഷ്യരല്ലേ, എപ്പോഴും ഒരുപോലിരിക്കാൻ പറ്റുമോ? അമ്മ

കൂടുതൽ നിർബന്ധിക്കുമ്പോൾ നിയന്ത്രണം വിട്ടു മക്കളും വല്ലതു മൊക്കെ പറഞ്ഞുപോകും. അതു കഴിയുമ്പോൾ അവർക്കു തോന്നും വേണ്ടായിരുന്നെന്ന്. വഴക്കു പറഞ്ഞാൽ അമ്മയ്ക്കു വലിയ സങ്കട മാണ്. പിന്നെ കരച്ചിൽ നിർത്തുകയില്ല.

"വേറൊന്നും ഞാൻ ചോദിച്ചില്ലല്ലോ. എന്റെ വീട്ടിൽ കൊണ്ടു ചെന്നാക്കാനല്ലേ പറഞ്ഞുള്ളു? ഇതെന്റെ വീടല്ല. എത്ര നാളായി പറ യുന്നു. ആരു കേൾക്കാൻ?"

പഴയ വീടു മാത്രം ഓർമ്മിക്കുന്ന അമ്മയുടെ സങ്കടങ്ങൾ തോരാതെ പെയ്തുകൊണ്ടിരുന്നു..

"എന്റെ അമ്മിണിയാണു വടക്കു വശത്ത്. ഞങ്ങൾ ചേട്ടത്തി യനിയത്തിമാരുടെ മക്കൾ. അതിന്റെ പുറകിൽ അവളുടെ അനുജത്തി. കിഴക്കേ വീട്ടിൽ എന്റെ കൂട്ടുകാരി. അവളും ഞാനും ഒരേ പ്രായം. എല്ലാവരും സ്വന്തം വീട്ടിലാണു താമസം. ഭാഗ്യമുള്ളവർ! ഞാൻ മാത്രം.."

അമ്മ മുറിയുടെ ചുമരിൽ തല ചായ്ച്ചു.

"ഞാൻ പോകുന്നുണ്ട്.."

എവിടെയാണെന്നു മാത്രം അമ്മ പറഞ്ഞില്ല. കിഴക്കേ വീട്ടിലെ അമ്മ യുടെ കൂട്ടുകാരിയും വാർദ്ധക്യത്തിന്റെ അവശതയിലാണ്. അമ്മയുടെ അതേ രോഗം. പൊളിച്ചുപണിത പുതിയ വീട്ടിൽ താമസിക്കുന്ന അവരും അതു തന്റേതായി അംഗീകരിക്കുന്നില്ല. പഴയ വീടാണ് അവ രുടെ മനസ്സിലും ഉള്ളത്! കൂടെയുള്ളത് ഒരേയൊരു മകൻ. മകൻ പുറ ത്തുപോയാൽ കതകു പുറത്തുനിന്നു ചാരി കുറ്റിയിടും. ഒറ്റയ്ക്കാകു മ്പോൾ അമ്മയെങ്ങാനും ഇറങ്ങിപ്പോയാലോ! ജനാലകൾ തുറന്നിട്ടി രിക്കുന്നതുകൊണ്ട് അവർ മുറിക്കുള്ളിൽ നിന്നു പുറത്തേക്കു നോക്കും. ദൂരെക്കാണുന്നവരോടു നേരിയ ശബ്ദത്തിൽ വിളിച്ചുചോദിക്കും:

"എനിക്കെന്റെ വീട്ടിലേക്കുള്ള വഴി ഒന്നു പറഞ്ഞുതരുമോ?"

അത് ആരും കേൾക്കുന്നുണ്ടാവില്ല. എന്നാലും അവർ ചോദിച്ചുകൊ ണ്ടേയിരിക്കും.

"എടീ..ഞാനുണ്ട്.."

വാതിൽപ്പുറത്തു നിൽക്കുന്ന തന്റെ കൂട്ടുകാരിയെ കണ്ടപ്പോൾ ഈ ലോകം മുഴുവനും തന്റേതാണെന്നവർക്കു തോന്നി. ഇനി എന്തിനാണു വീട്? വീണ്ടും ഉത്സവകാലത്തിന്റെ വരവേൽപ്പ്! ഇന്നലെകളിലേക്കു യാത്ര പോകാൻ അവർ ഒരുമിച്ചു പുഴ നീന്തിക്കടക്കുകയാണ്..!

•

46
തോറ്റുപോകുന്ന കാലം

ഇന്നു മകൻ ലീവിനു വന്ന ദിവസമാണ്. വീട്ടുകാർക്കെല്ലാം എറ്റവും ഇഷ്ടപ്പെട്ട ദിനം. മകനെപ്പോലെ അച്ഛനും പട്ടാളത്തിലായിരുന്നു ജോലി. ഇപ്പോൾ എക്സ് സർവ്വീസ്. അന്നൊക്കെ അച്ഛൻ അവധിക്കു വരുമ്പോഴും വീട് ഇതുപോലെ ആഘോഷത്തിമർപ്പിലായിരിക്കും. വന്നാൽ ഒന്നുരണ്ടു ദിവസങ്ങൾ മാത്രം അച്ഛനെ വീട്ടിൽ കാണാം. പിന്നെ, കൂട്ടുകാരുമായി പുറത്താണ് ആഘോഷം. അവധി തീരും വരെ രാത്രിയും പകലും അച്ഛന് ഒരുപോലെ. അതുകൊണ്ടു മകനെ അച്ഛന്റെ വഴിക്കു വിടുന്നതിനോട് അമ്മയ്ക്ക് ഒട്ടും മനസ്സില്ലായിരുന്നു. എല്ലാം അച്ഛന്റെ ഇഷ്ടം. മകനും പട്ടാളക്കാരനായി. അച്ഛനിപ്പോഴും അവസരം കിട്ടിയാൽ പുറത്തേക്കൊന്നു പോകും. തിരിച്ചു വരുമ്പോൾ കാലുകൾ നിലത്തുറയ്ക്കാതെ..

"മോനേ.."

അച്ഛൻ സ്നേഹപൂർവ്വം വിളിച്ചുകൊണ്ടു പറഞ്ഞു:

"നീ വരുമ്പോഴാണു ഭൂമിയിലേക്ക് ഏറ്റവും സുന്ദരമായ നിലാവു നമ്മുടെ മുറ്റത്തുദിക്കുന്നത്. ദാ..നോക്കൂ..!"

അച്ഛന്റെ മനസ്സു കണ്ട് അമ്മയും സന്തോഷിച്ചു.

"നിഴലുകൾ കൂടി ചേരുമ്പോഴാണു നിലാവിന്റെ ഒരു ഭംഗി!"

അമ്മ നിലാവു കണ്ടു ജീവിതം വായിക്കുകയാണ്.

"നമുക്കൊന്നു കൂടണ്ടേ? ഞാൻ കാത്തിരിക്കുകയായിരുന്നു. വർഷത്തിൽ ഒരു തവണയേ നീ അവധിക്കുവരൂ. വന്നാലോ, അടുത്ത ദിവസം മുതൽ നിന്നെ കിട്ടുകയുമില്ല."

അച്ഛൻ കൂടുതൽ ശക്തനായതുപോലെ ഗൗരവത്തിൽ മകനെ ഒന്നു നോക്കി. മകന്റ മുഖത്തെ ചിരി കാണേണ്ട താമസം ഊണുമേശയിൽ വിഭവങ്ങളെല്ലാം നിരന്നു. അച്ഛനു വേണ്ടി കൊണ്ടുവന്ന മുന്തിയ ബ്രാൻഡുകൾ അവിടെ തലയുയർത്തി നിന്നു. അച്ഛൻ അഭിമാനത്തോടെ അതിലേക്കു നോക്കിയിരുന്നു.

"ചിയേഴ്സ്.."

ഗ്ലാസ്സുകൾ കൂട്ടിമുട്ടുമ്പോൾ അച്ഛനും മകനും ഒരേ സ്വരം.

"നീയാണെന്റെ മകൻ.."

അച്ഛൻ ആകാശത്തോളം വളർന്നു.

"നീ കുട്ടിയായിരിക്കുമ്പോൾ ഓടി വരും. ഇതുപോലെ ഞാനൊന്നു മിനുങ്ങുകയായിരിക്കും. നിന്റെ നാവിൽ ഞാൻ തൊട്ടു വച്ചുതരും. അതു കണ്ടു നിന്റെ അമ്മ വഴക്കു പറയും. നിനക്കൊന്നും ഓർമ്മ കാണില്ല. നീ കുഞ്ഞായിരുന്നില്ലേ?"

കഴിച്ചു തലയ്ക്കു പിടിച്ചാൽ അച്ഛന്റെ മുന്നിൽ പഴയ കാലം മാത്രം. അടുത്തിരിക്കുന്നവർ കേട്ടാലും ഇല്ലെങ്കിലും അച്ഛനതൊക്കെ പറഞ്ഞു കൊണ്ടിരിക്കും.

"നമുക്കു മതിയാക്കിയാലോ? ഇപ്പോൾത്തന്നെ കൂടുതലായി"

മകൻ പറയുന്നതൊന്നും അച്ഛൻ കേൾക്കുന്നില്ല. അച്ഛൻ കഥ പറയുന്ന തിരക്കിലാണ്. ഇടയിൽ ഗ്ലാസ്സുകളിലേക്കു നിറയെ പകർന്നു കൊണ്ടിരുന്നു. അച്ഛന്റെ ആഗ്രഹമല്ലേ, മതിയാകുന്നതു വരെ കൂടാമെന്നു മകനും തീരുമാനിച്ചു. അമ്മ ഇടയ്ക്കു പലപ്പോഴും ഒരുങ്ങിയതാണ് മതിയെന്നു പറയാൻ. ഓരോരുത്തരുടെയും സന്തോഷം അവനവൻ തെരഞ്ഞെടുക്കന്നതിനു തടസ്സമാകണ്ട എന്ന് അമ്മ സ്വയം വിലക്കി. രാത്രി അവർക്കായി അവസാനിക്കുന്നില്ല. അവരുടെ ജീവിതം ഈ നിമിഷമാണ്. മദ്യം ഒഴിച്ചുവച്ചിരുന്ന ഗ്ലാസ്സ് എവിടെയെന്നറിയാതെ അച്ഛന്റെ കൈകൾ തപ്പിനടന്നു. ശിരസ്സു തോളിലേക്കു ചാഞ്ഞു. മകനും എത്ര ശ്രമിച്ചിട്ടും കണ്ണുകൾ തുറക്കാനാവുന്നില്ല. ശിഥിലമായ, മങ്ങിയ കാഴ്ചകൾ..ഒന്നും വ്യക്തമല്ല. ഇഴയുന്ന വാക്കുകളിൽ, തല കുടഞ്ഞ് മകൻ ചോദിച്ചു:

"ആരാ നിങ്ങൾ?"

"നിന്റെ അച്ഛൻ"

അച്ഛന്റെ നാവു കുഴഞ്ഞ്, വാക്കുകളിൽ നിഴൽ വീണു.

"അച്ഛനോ..എന്താ നിങ്ങടെ പേര്?"

മകന്റെ വാക്കുകൾ അച്ഛൻ മാത്രമല്ല, അകത്തുറങ്ങാതെ കിടന്നിരുന്ന അമ്മയും കേൾക്കുന്നുണ്ടായിരുന്നു..

•

47
നിലച്ചുപോകുന്ന സമയം

കടയിലെ തിരക്കൊന്നൊഴിഞ്ഞുകിട്ടാൻ ഞാൻ കാത്തിരുന്നു. വീട്ടിൽ ചെന്നിട്ട് ഒരുപാടു ജോലിയുണ്ട്. നാളെയാണ് എന്റെ വിവാഹം. മുഖ്യമായ കാര്യം ഇനിയും ആയിട്ടില്ല. അതു കഴിഞ്ഞാലും പിന്നെയും ഒരുപാടു കാര്യങ്ങൾ ബാക്കി കിടക്കുന്നു. വീട്ടിൽ പറയാതെയാണു ഞാൻ വന്നത്. ഇതൊന്നും പറയാൻ പറ്റില്ലല്ലോ. എങ്ങനെയാ അതു പറയുക?!

നഗരത്തിലെ പേരു കേട്ട കടയാണ്. പരസ്യത്തിനു മുഖം കാട്ടുന്നതു തന്റെ ഇഷ്ടനായകൻ. വെള്ളിത്തിരയിലെ അത്ഭുതം. മനസ്സിൽ നിന്നു മായാതെ നിൽക്കുന്ന അദ്ദേഹത്തിന്റെ വാക്കുകൾ..

"കമനീയസ്വർണ്ണശേഖരത്തിന്റെ പറുദീസ. കലർപ്പില്ലാത്ത ശുദ്ധമായ സ്വർണ്ണം. നിങ്ങളുടെ വിശ്വാസം ഞങ്ങളുടെ ശക്തി. മടിച്ചു നിൽക്കാതെ ഇന്നുതന്നെ വാങ്ങൂ.."

ഞാൻ വന്നിരിക്കുന്നു. നിങ്ങളിലെ വിശ്വാസമാണ് എന്റെയും ശക്തി. ഒരു മംഗളകർമ്മത്തിനു ശുദ്ധമായ സ്വർണ്ണംതന്നെ വേണം. രാവിലെ മുതൽ ഞാൻ കാത്തിരിക്കുന്നു. തിരക്കൊഴിയുന്നില്ല. ഇനിയും വൈകിയാൽ മറ്റു പലതും മുടങ്ങും. വീട്ടിലുള്ളവരും വിഷമിക്കും. എന്തും വരട്ടെ എന്നു കരുതി മാനേജർ എന്നു തോന്നിയ ആളിന്റെ കാബിനിലേക്കു ഞാൻ കടന്നുചെന്നു. മായാതെ നിൽക്കുന്ന ഒരു പുഞ്ചിരിയുടെ വെളിച്ചം അദ്ദേഹത്തിന്റെ മുഖത്തുണ്ട്. ആ ചിരിയുടെ മുമ്പിൽ ആരും അപരിചിതരല്ല.

"സർ.."

ഏറ്റവും വിനയത്തോടെ ഞാൻ വിളിച്ചു. എന്റെ വിവാഹക്കുറി ഞാൻ അദ്ദേഹത്തിനു നൽകി. ശ്രദ്ധാപൂർവ്വം അദ്ദേഹം അതു വായിച്ചു തീർത്തു.

"നിങ്ങളാണോ വരൻ?"

"അതെ.."

എന്റെ വിനയം കൂടുകയാണ്. മുന്നിലേക്ക് ഓരോരോരോമോഡലുകൾ വന്നു നിരക്കുന്നു.

"ഇതെല്ലാം വെഡ്ഡിങ് കളക്ഷനാണ്. ഏറ്റവും പുതിയ മോഡൽ. പ്രത്യേകം ഡിസൈൻ ചെയ്തത്. വരന്റെയും വധുവിന്റെയും ഇനം തിരിച്ചുള്ള സെറ്റുകളാണ്. എല്ലാം ഒന്നു കണ്ടിരുന്നോളൂ.."
അദ്ദേഹത്തിന്റെ ഓരോ വാക്കിലും ഞാൻ ഇല്ലാതെയാകുന്നു.

"സാർ.."
ഒന്നും പറയുവാനാകാതെ എനിക്കു വാക്കുകൾ നഷ്ടപ്പെടുന്നു.

"പറഞ്ഞോളൂ..രാവിലെ മുതൽ താങ്കൾ അവിടെയിരിക്കുന്നതു ഞാൻ കാണുന്നുണ്ടായിരുന്നു..എന്താ വൈകിയത്?"
പരസ്യത്തിലെ സ്വർണ്ണം പോലെതന്നെ കലർപ്പില്ലാത്ത വാക്കുകൾ. ഇനിയും ഞാനെന്തിനു മടിക്കണം?

"സാർ..എനിക്കിതൊന്നുമല്ല വേണ്ടത്. ഒരു താലി. അതു മാത്രം."
ഞാൻ കൈകൾ കൂപ്പി. എത്ര പെട്ടെന്നാണ് ആ മുഖം മാറിപ്പോയത്!

"അതാണെങ്കിൽ നേരത്തേ പറയണ്ടേ? അതിനു മറ്റാരെയെങ്കിലും കണ്ടാൽ മതിയായിരുന്നല്ലോ.."
പിന്നെയും എന്തൊക്കെയോ പറയുവാനുണ്ടെന്ന് ആ മുഖഭാവം വ്യക്തമാക്കി. പുതിയൊരു ശബ്ദം. ഞാൻ ഇതുവരെ കേൾക്കാത്തത്.

"സാർ..അതല്ല കാര്യം. എനിക്കൊരു താലി വേണം. തവണകളായേ അതിന്റെ വില തരാൻ പറ്റൂ..സാറാകുമ്പോൾ.."
ശീതീകരിച്ച മുറിയിലിരുന്നിട്ടും ഞാൻ വിയർക്കുന്നത് അദ്ദേഹം കണ്ടു. ആർദ്രമായ ആ കണ്ണുകൾ എന്നെ തിരിച്ചറിയുകയാണ്. എനിക്കു പ്രതീക്ഷയുണ്ട്.

"ക്ഷമിക്കണം. ഞാനും ഒരു ജോലിക്കാരൻ. ഇതിപ്പോൾ ഒരു കടയല്ല. വലിയ ഒരു കമ്പനിയാണ്. ഒരുപാട് ഉടമസ്ഥർ ഉള്ള ഒരു സ്ഥാപനം..പാർട്ട്ണർഷിപ്പ്.."
അദ്ദേഹം കൈ കൂപ്പി എനിക്കു വിട തന്നു. ഞാൻ മുറിയുടെ വാതിൽ തുറന്നു പുറത്തിറങ്ങുമ്പോൾ ഒരു പിൻവിളി. എന്റെ ഉള്ളിൽ മുഹൂർത്തത്തിന്റെ തകിലടിമേളം. ഞാൻ പ്രതീക്ഷയോടെ തിരിഞ്ഞുനിന്നു.

"ഇതാ, താങ്കളുടെ വിവാഹക്കുറി.."
ഞാൻ കൊടുത്ത ക്ഷണക്കത്ത് എനിക്കു നേരേ നീട്ടി. ഇതു ഞങ്ങൾക്ക് ഇന്നലെ കിട്ടിയിരുന്നു. പെൺകൂട്ടരും വന്നുപോയി, അവർക്കും ഇതേ ആവശ്യം!"
എന്റെ മുന്നിൽ സമയം നിലച്ചുപോയ ഒരു നിമിഷം.! എന്റെ കണ്ണിലെ കാഴ്ചകളിൽ വെളിച്ചം മറയുന്നു. എനിക്കവളെക്കാണാം. അവളെ മാത്രം. ഇന്നലെ വന്നിട്ട് അവളിതുവരെ പോയില്ലല്ലോ!

•

48
മഞ്ഞിൽ നനയുന്ന കളിപ്പാട്ടങ്ങൾ

പ്രഭാതത്തിനു മഞ്ഞിന്റെ നിറമായിരുന്നതുകൊണ്ട് ഒന്നും കാണുവാൻ കഴിഞ്ഞിരുന്നില്ല. രാത്രി മുഴുവനും നടന്ന് എങ്ങനെയോ ഇവിടെയെത്തി. നടന്നു കാലു തളർന്നപ്പോൾ, അനുജൻ പാതയോരത്തു തളർന്നിരുന്നുപോയി. അടുത്തു കണ്ട കടത്തിണ്ണയിലേക്കു ഞങ്ങൾ കയറിക്കിടന്നു. അവിടെ ഒരു ചാക്കുതുണ്ട് ഞങ്ങളെ കാത്തുകിടന്നിരുന്നതു പോലെ.. അതുകൊണ്ടു ഞങ്ങൾ തണുപ്പകറ്റി. ആദ്യമായി ഒറ്റയ്ക്കുറങ്ങാൻ പഠിച്ചു. നേരം പുലർന്നെങ്കിലും വാഹനങ്ങൾ ഓടിത്തുടങ്ങിയിട്ടില്ല. ശൈത്യം തുടങ്ങിയാൽ വൈകിയാണു നഗരം ഉണരുന്നത്. ആരെങ്കിലും വന്നിരുന്നെങ്കിൽ..കൈ വെറുതെ മഞ്ഞിന്റെ നനവിലേക്കു നീട്ടിപ്പിടിച്ചു.

ഇന്നലെ മുതൽ ഒന്നും കഴിക്കാതെയായിരുന്നു നടത്തം. വിശപ്പ് ഒരു ശീലമായതുകൊണ്ട് അറിഞ്ഞില്ല. പോണം പോണമെന്നുള്ള അനുജന്റെ വാശി. എനിക്കും തോന്നിയിരുന്നു. അതാണു ശരി. പകൽ ആദ്യന്തം ആകാശത്തൂടെ യാത്ര ചെയ്ത് അനുജൻ മടുത്തിരുന്നു. അവൻ ഇത്തിരി മുതിരും വരെ ഞാനായിരുന്നു ആ അഭ്യാസങ്ങളൊക്കെ കാട്ടിയിരുന്നത്. മുളങ്കാലുകളിൽ കെട്ടിയിരിക്കുന്ന ചരടിലൂടെ നടക്കണം. കൈയിലുള്ള വളയത്തിലൂടെ നൂണ്ട് ആകാശത്തിൽ മലക്കം മറിയണം. അമ്മ താഴെയിരുന്നു കൊട്ടി താളമിട്ടുതരും. അമ്മയുടെ മാറാപ്പിൽ ഈയിടെ പിറന്നൊരു കുഞ്ഞുണ്ട്. അവൾ ചിരിക്കുന്നതു കാണാൻ പോലും എനിക്കു സമയം കിട്ടിയിരുന്നില്ല. കൈ നീട്ടി കാണികളുടെ ഇടയിലേക്കു ചെല്ലേണ്ടതു ഞാനാണ്. അച്ഛൻ അടുത്തെവിടെയെങ്കിലുമുണ്ടാകും. കിട്ടുന്ന പണം മുഴുവനും വാങ്ങി മദ്യപിച്ചാവും നടപ്പ്. ആരെങ്കിലും തരുന്ന ഭക്ഷണം മാത്രമേ ഞങ്ങൾ കഴിക്കാറുള്ളു. ചിലപ്പോൾ അതും ഉണ്ടാവില്ല. വിശക്കുമ്പോൾ അനുജൻ എന്നെ നോക്കും. ആ നോട്ടത്തിൽ അവന്റെ എല്ലാ സങ്കടങ്ങളും ഉണ്ട്.

"പോകാം.."

ഞാൻ അവനെ ആശ്വസിപ്പിച്ചു. ഉറങ്ങാൻ കിടന്നാൽ അച്ഛൻ പെട്ടെ

ന്നൊന്നും ഉണരില്ല. ബോധംകെട്ടാണ് ഉറക്കം. ഞാൻ വിളിക്കുന്നതിനു മുമ്പേ അവൻ ഉണർന്നു. നിലാവില്ലാതിരുന്നതുകൊണ്ടു ഞങ്ങളെ ആരും കണ്ടില്ല. ഞങ്ങളിറങ്ങുമ്പോൾ അമ്മ എല്ലാം അറിയുന്നുണ്ടായിരുന്നുവെന്നു തോന്നി. ജീവിതം എന്നും തെരുവിലായതുകൊണ്ട് എല്ലാവഴികളും ഞങ്ങൾക്ക് ഒരുപോലെയായിരുന്നു. ഉണരുമ്പോൾ തെരുവിലെ നായക്കൂട്ടങ്ങളായിരുന്നു ചുറ്റും. ഭൂമി തണുത്തുറഞ്ഞു മരവിച്ചു കിടന്നു. ആകാശം താഴേക്കിറങ്ങിവന്നു ഞങ്ങൾക്കു കൂട്ടിരുന്നു.

"അതാ..ആരോ.."

ഉറക്കം മാറാതെ അനുജൻ കണ്ണുതിരുമ്മി ദൂരേക്കു കൈ ചൂണ്ടി. ശരിയാണ്. ചില കാഴ്ചകൾ അവനാണ് ആദ്യം കാണുന്നത്. ഒരു സ്ത്രീ മഞ്ഞു പുതച്ചു ട്രോളിയുന്തിയാണു വരവ്. കണ്ട മാത്രയിൽ നായ്ക്കൂട്ടങ്ങൾ ആ സ്ത്രീയുടെ അരികിലേക്കു കുതിച്ചുപാഞ്ഞു. ചിലതു മുരണ്ടുകൊണ്ടു തുള്ളിച്ചാടി അവരുടെ ദേഹത്തേക്കു കയറി. ഏതു ചെറിയ ദൂരവും ഓടിത്തീർക്കാനാണു നായ്ക്കൾക്കിഷ്ടം. ചങ്ങലയിൽ പെട്ടുപോയതു മാത്രം അതിന്റെ നീളത്തിൽ ചുറ്റിക്കറങ്ങുന്നു! തെരുവുനായകളുടെ ആ സന്തോഷവും ഇളകിമറിച്ചിലും കണ്ടപ്പോൾ, ഞങ്ങളൊറ്റയ്ക്കല്ല എന്ന തോന്നൽ മനസ്സിനെ തഴുകി.

"ചേച്ചീ..ഇവിടെ ഇത്രയും നായ്ക്കളോ? അവരും നമ്മളെപ്പോലെ.."

"അതെ..അവയും നമ്മളും ചേർന്ന് ഈ തെരുവു വളരുകയാണ്.."

കണ്ണിലെ നനവ് അനുജൻ കാണാതെ ഞാൻ തുടച്ചു.

"എല്ലാവരും ഉണ്ടല്ലോ.."

ട്രോളിയിൽ നിന്നു ഭക്ഷണം എടുത്തു താഴെ വയ്ക്കുമ്പോൾ സ്ത്രീ സ്നേഹത്തോടെ വിശേഷങ്ങൾ തിരക്കി.

"കഴിച്ചോളൂ.."

അവിടവിടെയായി പകർന്നുവച്ചതു നായ്ക്കൾ കഴിച്ചുതുടങ്ങി.

"വരൂ..നമുക്കും അവർ തരുമായിരിക്കും.."

എന്റെ കൈ പിടിച്ച് അനുജൻ ഉത്സാഹത്തോടെ അവിടേക്കു നടന്നു.

"തൊട്ടുപോകരുത്..!"

സ്ത്രീ അലറി. റോഡിലൂടെ ആദ്യത്തെ വാഹനം മങ്ങിയ വെളിച്ചത്തോടെ ഞങ്ങളെ കടന്നുപോയി. അതിലിരുന്ന് ആരൊക്കെയോ വിളിച്ചുപറയുന്നുണ്ടായിരുന്നു:

"ഹാപ്പി ന്യൂഇയർ!"

അതുകേട്ട് അനുജൻ ചിരിച്ചു. •

49
കണ്ണാടിയിൽ കാണാതെപോയത്

ഇന്നു പ്രഭാതത്തിനു പുതിയൊരു നിറമായിരുന്നു. ഓരോ ദിവസവും പുതിയതാണ്. എങ്കിലും ഞാനതു തിരിച്ചറിഞ്ഞിരുന്നില്ല. ഒറ്റയ്ക്കുള്ള ജീവിതത്തിൽ ദിവസങ്ങൾക്കു പേരില്ലല്ലോ. പുറംനാട്ടിൽ ജോലി ചെയ്യുന്ന മക്കൾ. വരുന്നു എന്നു പറഞ്ഞുപറഞ്ഞ് എന്തായാലും ഇന്നവർ എത്തും. വർഷങ്ങളുടെ കാത്തിരിപ്പ്. ഞാൻ മാത്രമല്ല. അവരും കാത്തിരിക്കുകയാണ്, വീട്ടിലേക്കെത്താൻ. കുട്ടികളും കുടുംബവും ജോലിത്തിരക്കും..അവർക്കും സമയം കിട്ടണ്ടേ? രാവിലെ തന്നെ എത്തും എന്നറിയിച്ചിരുന്നു. രാത്രിയിൽ ഒന്നു മയങ്ങിക്കാണും. അപ്പോഴേക്കും നേരം പുലർന്നതായി തോന്നി. പിന്നെ, ഉറങ്ങിയില്ല. ചുവരിലെ ക്ലോക്കിനറിയാം ഞാനതു നോക്കാറില്ലെന്ന്. ദിവസങ്ങൾ ഇരുണ്ടും വെളുത്തും കടന്നുപോകുമ്പോൾ സമയത്തിനു നിറം കൊടുക്കേണ്ടതു ജീവിതമാണ്.

ഗേറ്റു കടന്ന് ഒന്നല്ല, രണ്ടു വലിയ കാറുകളാണ് ഒരുമിച്ചെത്തിയത്. വഴിയിലേക്കു കണ്ണും നട്ടിരുന്ന എന്റെ അരികിലേക്കു മകനാണ് ആദ്യമോടിയെത്തിയത്. പിന്നാലെ അവന്റെ ഭാര്യയും കുട്ടികളും. കൈക്കുഞ്ഞുങ്ങളായിരുന്നപ്പോൾ കണ്ടതാണു കുട്ടികളെ. കുട്ടികൾ വളർന്നിരിക്കുന്നു. മകനും മരുമകളും എന്നെ ഇറുകെ പുണർന്നു. ഞാൻ അവരുടെ മൂർദ്ധാവിൽ മുഖം ചേർത്തു. ഒന്നു മടിച്ചുനിന്ന കുട്ടികളുടെ നേരേ ഞാൻ കൈ നീട്ടി. അവരുടെ ചിരി എന്റെ കൈകളിൽ തൊട്ടു. ഓരോ മനുഷ്യനിൽ നിന്നു തുടങ്ങുന്ന ഒരു ഭൂമിയും ആകാശവും പ്രപഞ്ചവുമുണ്ട്. എല്ലാം ചേരുന്ന നിമിഷം..അതാണു ഞാനിപ്പോൾ! മനുഷ്യൻ സ്നേഹമാണ്!

“ഇത് അച്ചുറാണി. സാറാ എന്നാണവളുടെ പേര്.”
രണ്ടാമത്തെ കാറിൽ നിന്നു ലഗേജുമായി വന്ന സ്ത്രീയെ മകൻ പരിചയപ്പെടുത്തി:

“അച്ഛൻ ഇനിമുതൽ ഒറ്റയ്ക്കല്ല. കൂട്ടിനൊരാളുണ്ടാവും..”

മകൻ പറഞ്ഞത് എനിക്കു മനസ്സിലായില്ല. ഞാൻ എല്ലാവരെയും മാറി മാറി നോക്കി; ആ സ്ത്രീയെയും. എന്റെ നോട്ടം അവർക്കൊരു തമാശയായി തോന്നിക്കാണും. എല്ലാവരും ഒരുമിച്ചു ചിരിച്ചു.

"അച്ഛാ, ഇതു നമ്മുടെ മെയ്ഡ്. അച്ഛന് ആവശ്യമുള്ളതെല്ലാം അറിഞ്ഞു ചെയ്തുകൊള്ളും.."

മരുമകൾ എന്റെ അരികിലേക്കു ചേർന്നുനിന്നാണതു പറഞ്ഞത്. കുട്ടികൾ വീടിനു പുറത്തു പറമ്പിലേക്കിറങ്ങി. അവരിൽ ഒരാൾ ആറിലും മറ്റേയാൾ എട്ടിലും പഠിക്കുന്നു. അവർ കാണുന്നതെല്ലാം അവരുടെ അച്ഛന്റെ വീടാണ്. വഴിയിൽ മഴ പെയ്തു കെട്ടിക്കിടക്കുന്ന ചെളിവെള്ളത്തിലൂടെ അവർ നീന്തിനടന്നു.

വളരെ പെട്ടെന്നാണു മേശപ്പുറത്തു വിഭവങ്ങളെല്ലാം നിരന്നത്. വല്ലാത്ത കൈവേഗമാണ് അവൾക്ക്. കൂട്ടത്തിൽ മരുമകളുമുണ്ട്. വീട്ടിൽത്തന്നെ ഉണ്ടാക്കിയ ഭക്ഷണം.

"ഈ വേലക്കാരിപ്പെണ്ണിനു നമ്മുടെ രുചികളൊക്കെ അറിയുമോ?"

നാവിലെ രുചികൾക്കിടയിൽ എന്റെ അത്ഭുതം കൂറുന്ന ചോദ്യം.

"അവൾക്കെല്ലാം അറിയാം."

മരുമകൾ പറയുന്നതു കേട്ട് എനിക്കു നേരേ അവളുടെ ചിരി മിന്നി. ചിരി ഒരു നനവാണ്, മഴ പെയ്യും പോലെ..

"അച്ഛാ, ഞങ്ങൾ കുട്ടികളെയും കൊണ്ടു നാടു കാണാൻ നാളെ യാത്ര പോകുന്നു. ഒരാഴ്ച. അതു കഴിഞ്ഞേ മടക്കമുള്ളു. ഇവിടെ അച്ഛനു കൂട്ടിനു റാണിയുണ്ടാവും."

മകൻ ഉറങ്ങാൻ പോകുന്നതിനു മുമ്പായി അവരുടെ തിരക്കറിയിച്ചു. പറഞ്ഞതുപോലെ പ്രഭാതത്തിൽ അവർ യാത്ര തിരിച്ചു. എനിക്കു കൂട്ടിരിക്കാൻ ഒരാൾ! ഇതുവരെ എനിക്കു കൂട്ടു ഞാൻതന്നെയായിരുന്നു..എനിക്കു കാവലാകാൻ, എന്നെ ജീവിതത്തോടു ചേർത്തു നിർത്താൻ എനിക്കു ഞാൻ മാത്രമേ ഉണ്ടായിരുന്നുള്ളുവല്ലോ.

ആദ്യം കണ്ടപ്പോൾ അവൾ ഒരു മദാമ്മപ്പെണ്ണാണെന്നുതോന്നി. അലസമായി ഇറങ്ങിക്കിടക്കുന്ന പാന്റും മുറിക്കൈയൻ ടോപ്പും ക്രോപ് ചെയ്ത മുടിയും. ഞാൻ ശ്രദ്ധിച്ചു. കാതിൽ കമ്മലില്ല. നെറ്റിയിൽ പൊട്ടില്ല. വേഷത്തിൽ ഓരോ ദേശമുണ്ടല്ലോ. അതാണ് അവൾ.

"എന്തെങ്കിലുമൊക്കെ സംസാരിക്ക്. കേൾക്കട്ടെ. അതിനല്ലേ ഞാൻ?"

അവൾ തന്റെ ഇഷ്ടവും ഉത്സാഹവും അറിയിച്ചു. വീട്ടിലെ പണികളുമായി അവൾ ഓടിനടന്നു.

"വീട്ടിൽ ആരൊക്കെയുണ്ട്? അച്ഛൻ, അമ്മ, കുട്ടികൾ..?"

എന്നും വീടും അതിനുള്ളിലെ സ്നേഹവുമാണ് എന്റെ മനസ്സു നിറയെ.

"അതൊക്കെ പിന്നെപ്പറയാം. ആദ്യം ഇന്നത്തെ കുളി നടക്കട്ടെ. വെള്ളം ചൂടായിട്ടുണ്ട്."

എന്റെ കുളി ചൂടുവെള്ളത്തിലാണെന്നു പോലും അവൾക്കറിയാം! ഇവൾ ആരാ? മനുഷ്യനാണെങ്കിൽ അതൊരു അത്ഭുതംതന്നെ. വിശ്വസിക്കാനാവുന്നില്ല. ചിലപ്പോൾ ഇതൊക്കെ ഒരു സ്വപ്നമാകാം. ഉണരുമ്പോഴേ അതു തിരിച്ചറിയൂ. ഞാൻ കുളിമുറിയിലേക്കു കയറുമ്പോൾ അവൾ പുറത്തു നിന്ന് അറിയിച്ചു:

"ഞാൻ ഇവിടെത്തന്നെയുണ്ട്!"

എന്തൊരു കരുതൽ! മോനേ, നീ കൊണ്ടുവന്ന ഈ പെണ്ണിനെ എനിക്കു ശരിക്കും ഇഷ്ടമായി. എല്ലാം അവൾക്കറിയാം. ഞാൻ ഒന്നും പറയണ്ട. ഞാൻ ഇരിക്കുമ്പോൾ എന്നോടൊപ്പമിരിക്കാൻ, ഞാൻ നടക്കുമ്പോൾ കൂടെ നടക്കാൻ..ഒന്നും അവളോടു പറയണ്ട. മനസ്സിലുള്ളത് എന്തും അവളോടു പറയാം. എന്റെ ജീവിതം കേൾക്കാൻ അവൾക്കൊത്തിരി ഇഷ്ടമാണ്. ഞാൻ എന്റെ മുറിയിലേക്കു നടന്നു. പതിവിനു വിപരീതമായി കിടക്കാൻ വൈകി. അവളും എന്നോടൊപ്പം വന്നു. കിടക്കയിലേക്കു കൈ പിടിച്ചിരുത്തി, ഞാൻ പറയാതെ.

"പൊയ്ക്കോളൂ.."

സ്നേഹത്തോടെ ഞാൻ നന്ദി അറിയിച്ചു. ലൈറ്റണയും മുമ്പേ എന്തിനാണു ഞാൻ അവളെ അങ്ങനെ നോക്കിയത്? ചെറിയൊരു കുറ്റബോധത്തോടെ ഞാൻ ഇരുട്ടിലേക്കു നോക്കിക്കിടന്നു.

ഭാര്യ..! മകന്റെ ചെറുപ്രായത്തിൽത്തന്നെ അവൾ പോയി. നിനച്ചിരിക്കാതെയുള്ള യാത്രയാണല്ലോ ജീവിതം! ഭൂമിയിലെ ഒരേയൊരത്ഭുതം സമയത്തിന്റെ വിധിയാണ്. അടുത്ത നിമിഷം അതെന്തുമാകാം!

ഉറങ്ങാതെയും ഞാൻ സ്വപ്നം കാണാൻ പഠിച്ചു. അവൾ എന്റെയടുത്തുണ്ട്. ഏറ്റവും ചേർന്ന്. രാത്രി മുഴുവനും ഞാൻ സ്വപ്നങ്ങളുടെ കടലിൽ നീന്തി നടക്കുകയായിരുന്നു. പുലർച്ചയ്ക്ക് എപ്പോഴോ ഒന്നു മയങ്ങി. കണ്ണുകൾ തുറന്നപ്പോൾ വെറുതെ മോഹിച്ചു. ഒരു യാത്ര പോകണം, അവളോടൊപ്പം. പതിവുപോലെ കുളിച്ചു തയ്യാറായി വന്നു ചാരുകസേരയിലേക്കു ചാഞ്ഞു. ഇവിടെയിരുന്നാൽ പുലരിയുടെ ചുവന്ന വെളിച്ചം കാണാം. മരക്കാലുകൾക്കിടയിലൂടെ അത് എന്നെയും കടന്നു വീടിന്റെ ചുവരുകളിൽ പതിച്ചു.

"കാപ്പി തയ്യാറായി.."

അവൾ വിളിച്ചുപറഞ്ഞു. കഴിക്കുന്നതിനിടയിൽ വീണ്ടും യാത്രയെക്കുറിച്ചായി ചിന്ത. അവൾ പറഞ്ഞു:

"തയ്യാറായിക്കൊള്ളൂ.."

പുറത്തു വണ്ടി സ്റ്റാർട്ടു ചെയ്യുന്ന ശബ്ദം.

"കയറൂ.."

അവൾ ക്ഷണിച്ചുകൊണ്ടു തുടർന്നു:

"നമ്മൾ ഒരു യാത്ര പോകുന്നു.."

വീണ്ടും സ്വപ്നങ്ങൾ..എന്റെ ഇഷ്ടങ്ങളുടെ വഴിയേ..

ഇതുവരെ എത്ര നടന്നാലും തീരാത്ത ദൂരമാണു വീടെന്ന് എനിക്കു

തോന്നിയിരുന്നു. ഇപ്പോൾ അങ്ങനെയല്ല. ആഗ്രഹിച്ചതെല്ലാം അടുത്തേക്കു വരുന്നു. നിറയെ പൂത്തുനിൽക്കുന്ന മരങ്ങളുടെ തണൽ പറ്റി ഞാൻ അവളുടെ മടിയിലേക്കു തല ചായ്ച്ചു. എത്ര നിറങ്ങളാണ് ആകാശത്തിന്!

"കണ്ടില്ലേ ആ കാഴ്ചകൾ?"

ഉദ്യാനത്തിലെ മരക്കൊമ്പിൽ ഇരുന്ന കാക്ക തന്റെ അടുത്തിരുന്ന കൊക്കിനോടായി ആ രഹസ്യം പറഞ്ഞു:

"മകനും മരുമകളും കൂടി ആ കിഴവനെ പറ്റിച്ചു!"

കൊക്കു രഹസ്യം കേൾക്കാൻ കാക്കയുടെ അടുത്തേക്കു ചേർന്നിരുന്നു.

"മനുഷ്യരോട് ഏറ്റവും അടുപ്പമുള്ളവരാണു ഞങ്ങൾ. ഞങ്ങൾക്കറിയാം, മനുഷ്യരാരാണെന്നും എന്താണെന്നും!"

ആ വെള്ളക്കൊറ്റി തന്റെ തപസ്സിളകാതെ കാക്കയെ അക്ഷമയോടെ നോക്കി.

പാതി മയക്കത്തിൽ നിന്നു ഞാൻ ഉണർന്നു. പൂമഴ പെയ്യുന്ന ഉദ്യാനത്തിൽ ഞങ്ങൾക്കു ശരീരങ്ങളില്ല! ഞങ്ങളെ മൂടുന്ന പൂക്കളുടെ നിറങ്ങൾ മാറിക്കൊണ്ടിരുന്നു. എന്റെ ആകാശം അവളായി മാറി.

കാക്ക തുടർന്നു:

"വൃദ്ധൻ ഒരു യന്ത്രത്തിന്റെ മടിയിലാണു താനെന്നറിയാതെ ഉന്മാദത്തിന്റെ കടലാഴങ്ങളിലേക്കു നയിക്കപ്പെടുന്നു..

ഇവിടെ ആകാശം തീരുകയാണ്; മനുഷ്യരും!

കറുപ്പും വെളുപ്പുമായി ആ പക്ഷികൾ അകലങ്ങളിലേക്കു പറന്നകന്നു.

•